AF741627

येशू ख्रिस्त

आत्मबलिदानाचा मसीहा

'विचारनियम' या बेस्टसेलर पुस्तकाचे रचनाकार

सरश्री

सकाळ प्रकाशन

सकाळ प्रकाशन

Yeshu Christ : Atmabalidanacha Masinha
by Sirshree Tejparkhi
© First published in Marathi by Sakal Papers Pvt. Ltd.
by arrangement with Tejgyan Foundation
© Tejgyan Global Foundation

येशू ख्रिस्त : आत्मबलिदानाचा मसीहा

प्रथम आवृत्ती : ऑगस्ट २०१८

मुखपृष्ठ : मधुमिता शिंदे

अक्षरजुळणी आणि
मांडणी : अश्विनी महाजन

प्रकाशक : सकाळ मीडिया प्रा. लि.
५९५, बुधवार पेठ,
पुणे ४११ ००२

ISBN : 978-93-87408-36-4

संपर्क : 020-2440 5678 / 88888 49050
sakalprakashan@esakal. com

© All rights reserved.
No part of this publication may be reproduced or transmitted in any form or by any means, electronically or mechanically, including photocopying, recording, broadcasting, podcasting of any information storage or retrieval system without prior permission in writing form the writer or in accordance with the provisions of the Copy Right Act (1956) (as amended). Any person who does any unauthorised act in relation to this publication may be liable to criminal prosecution and civil claims for damages.

Disclaimer:
The views expressed in this book are those of the Authors and do not necessarily reflect the views of the Publishers.

हिंदू, मुसलमान,
शीख, ख्रिश्चन, बौद्ध अथवा जैन
असण्याआधी जो एक मनुष्य आहे,
अशा मानवाला समर्पित

अनुक्रमणिका

प्रस्तावना

संपूर्ण रहस्य

एका जंगलात तीन वृक्ष होते. तिघांच्या वेगवेगळ्या इच्छा होत्या. पहिल्या वृक्षाची इच्छा होती, त्याच्या लाकडापासून एक सुंदर तिजोरी बनवली जावी आणि त्यात हिरे, माणीक आणि खजिना ठेवला जावा. दुसऱ्या वृक्षाची इच्छा होती, त्याच्या लाकडापासून एक प्रशस्त, सुंदर नाव बनवली जावी आणि त्या नावेतून राजा-महाराजांनी सैर करावी. मात्र, तिसऱ्या वृक्षाची इच्छा होती, आपण उंचच उंच व्हावे. इतके उंच व्हावे, की सगळे जण आपल्याला पाहू शकतील. शिवाय, ईश्वराजवळ राहून, आपल्याला त्याच्याशी वार्तालापही करता येईल. मग त्या तिघांनीही त्यांच्या इच्छापूर्तीसाठी ईश्वराची प्रार्थना केली.

एक दिवस तेथे एक लाकूडतोड्या आला आणि तिन्ही वृक्ष कापून घेऊन गेला. पहिल्या वृक्षापासून त्याने एक खोके तयार केले. ते घोड्यांच्या तबेल्यामध्ये गवत ठेवण्यासाठी त्याला उपयोगी पडले. दुसऱ्या वृक्षापासून एक छोटीशी नाव तयार झाली, आणि तिसऱ्याची लाकडे कापून नुसतीच ठेवली गेली. तिन्ही वृक्ष ईश्वरावर अतिशय नाराज झाले होते, ते खूप दुःखी होते. कारण त्यांच्या मनासारखे काहीच घडले नव्हते. पण, ईश्वराची लीला पाहा – एके दिवशी त्या तबेल्यात एका मुलाचा म्हणजेच येशूंचा जन्म झाला. त्या तान्हुल्याला, ठेवायला तिथे काहीच नव्हते. म्हणून त्याच्या

आईवडिलांनी त्याला पहिल्या वृक्षापासून बनवलेल्या खोक्यात ठेवले. ज्याच्या कुशीत स्वतः ईश्वर पहुडला, तो वृक्ष किती भाग्यवान! वृक्षाला समजले, की आपल्या कुशीतला हा खजिना, अन्य सर्व खजिन्यांहून, हिरे-माणकांहून अधिक मूल्यवान आहे. ईश्वराने त्याची प्रार्थना ऐकली आहे, हे त्याच्या लक्षात आले.

त्याच प्रेषिताने दुसऱ्या वृक्षापासून बनलेल्या छोट्या नावेतून भ्रमण केले आणि वादळाला शांत व्हायला सांगितले. तेव्हा कुठे त्या दुसऱ्या वृक्षाच्या लाकडाला जाणवले, आपल्या नावेत राजांचा राजा, महाराजांचा महाराजा विराजमान होऊन वादळाला शांत करत आहे.

येशूला जेव्हा सुळावर चढवले गेले तेव्हा त्याच्याकरिता सूळ तयार करण्यासाठी त्या तिसऱ्या वृक्षाच्या लाकडाचा वापर केला गेला. ते सूळ उंच पहाडावर रोवले गेले. अशा प्रकारे तिसऱ्या वृक्षाची उंचावर राहण्याची, ईश्वराच्या सान्निध्यात राहून त्याच्याशी वार्तालाप करण्याची इच्छाही फळाला आली.

ही एक प्रसिद्ध, पण काल्पनिक कथा आहे. या कथेच्या माध्यमातून प्रार्थना आणि ईश्वरावरचा विश्वास या दोन गोष्टी शिकवल्या गेल्या आहेत. येशूने स्पष्टपणे सांगितले होते, 'तुम्हांला जे काही मिळेल ते तुमच्या विश्वासानुसारच!' पण येशूंच्या म्हणण्याचा अर्थ असा अजिबात नव्हता, की 'तुम्ही जे म्हणाल ते मिळेलच.' तर, त्यांच्या म्हणण्याचा वास्तविक अर्थ आहे, 'जसा तुमचा विश्वास असेल, तसेच तुम्हांला मिळेल.' त्यामुळे सर्वात सोपा मार्ग म्हणजे ईश्वरावर पूर्ण विश्वास ठेवून प्रार्थना करावी.

तसेही प्रत्येक माणूस कळत-नकळत प्रार्थना करतच असतो. पण त्याच्या प्रार्थनेत अनेक कमतरता राहून गेलेल्या असतात. त्यामुळे त्याचा ईश्वरावरचा विश्वास डळमळू लागतो. त्याने केलेली प्रार्थना त्याच्या मनाप्रमाणे फलद्रूप झाली तर तो आस्तिक बनतो; आणि तसे झाले नाही तर तो नास्तिक बनतो. असे का होते? कारण प्रार्थना कशी करावी, कोणाची करावी आणि प्रार्थना केल्यानंतर काय करावे, याचे संपूर्ण रहस्य तो विसरून गेला आहे. हा प्रार्थनेचा दुसरा भाग आहे.

येशूने प्रार्थनेला सर्वात मोठा दर्जा दिला, जास्त महत्त्व दिले. पण आज असे दिसते,

की लोक फक्त प्रार्थना करून स्वस्थ बसतात. विचार करा, येशूला फक्त प्रार्थनेचा दर्जा उंचावायचा होता, की त्या माध्यमातून एखाद्या अन्य गोष्टीला प्राधान्य द्यायचे होते? खरे तर या गोष्टीचा विचार कोणीच करत नाही.

आज जगातले बहुसंख्य लोक येशूला मानतात. पण ते येशूंची सर्वोच्च शिकवण खरोखरच अमलात आणतात का? ज्या शिकवणीने लोकांना स्वस्थता लाभते तीच शिकवण ते आचरणात आणतात. त्याच मुद्द्यावर आज लोकांचा विकास खुंटला आहे. लोक प्रार्थना तर करतात. म्हणजे पहिले पाऊल तर उचलतात; पण हे पहिले पाऊल का टाकायचे, नेमके हेच विसरून जातात. जेव्हा तुम्ही प्रार्थना करत असता तेव्हा खरे तर ईश्वराला प्रश्न विचारत असता. तुम्हांला काही हवे असते म्हणून तुम्ही प्रार्थना करता; पण प्रार्थना केल्यानंतर काहीच करत नाही. कारण प्रार्थनेचे पहिले पाऊल टाकल्यावर दुसरे पाऊल उचलणे आवश्यक असते, हेच तुम्ही विसरून जाता.

आता तुम्हांला प्रश्न पडला असेल, हे दुसरे पाऊल म्हणजे काय? पहिल्या पावलावर ईश्वराला प्रश्न विचारला जातो; तर दुसऱ्या पावलावर प्रश्न विचारणाऱ्याने उत्तर ऐकायचे असते. पण पहिले पाऊल टाकल्यावरच आपले काम झाले असे माणसाला वाटते. आणि उत्तर न ऐकताच तो निघून जातो. आता तुम्हीच विचार करा, तुम्हांला एखाद्याने प्रश्न विचारला आणि तुमचे उत्तर न ऐकताच तो निघून गेला तर तुम्ही त्याला काय म्हणाल? तुम्ही असेच म्हणाल ना, निदान उत्तर ऐकायला तरी त्याने थांबायचे होते. याचाच अर्थ, प्रश्न विचारणाऱ्याने काही वेळ ध्यानात किंवा मौनात बसणे आवश्यक होते. कारण जेव्हा प्रार्थना आणि ध्यान यांचा संगम होईल, प्रश्न आणि उत्तर यांचा संगम होईल, तेव्हाच शिक्षण पूर्ण होईल. लोक मात्र या सर्वोच्च शिक्षणाचे फक्त हाफ सिक्रेट (अर्धे रहस्य) जाणून घेऊ शकले आणि तेच आयुष्यात लागू करत राहिले. पण फुल सिक्रेट (संपूर्ण रहस्य) जाणून घेणे आणि ते आयुष्यात आजमावणे महत्त्वाचे आहे.

संपूर्ण रहस्य म्हणजे, 'माझ्या प्रश्नाचे उत्तर येत आहे आणि मला ते ऐकायचे आहे, यावर विश्वास असणे.' जेव्हा तुम्ही ध्यानात किंवा मौनात असता तेव्हा खरे तर तुम्ही उत्तर ऐकत असता. पण मौनाशी माणसाचा ताळमेळ जुळत नसल्याने आपण अर्धेच रहस्य जाणत आहोत, हे त्याच्या लक्षात येत नाही. अर्धी शिकवण अमलात आणली तर माणसाला फक्त स्वस्थता लाभते, सत्य नाही, हे तुम्ही जाणताच. अर्धवट शिकवण अमलात आणल्याने प्रार्थनेचा मूळ उद्देश पूर्ण होऊ शकत नाही.

येशूंची सर्वोच्च शिकवण जर पुन्हा एकदा लोकांसमोर आणायची असेल तर ती सर्वोच्च शिकवण कोणती आहे, हे प्रथम जाणून घ्यायला हवे. या पुस्तकात केवळ येशूंच्या चरित्रावरच प्रकाश टाकला आहे, असे नव्हे; तर त्यांनी दिलेल्या मूल्यवान शिकवणीचेही स्मरण करून दिलेले आहे.

चला तर मग, या पुस्तकाच्या माध्यमातून येशूंचे महान जीवन जाणून घेऊ या. त्यांनी दिलेल्या मार्गदर्शनात दडलेले गहन आणि संपूर्ण रहस्य समजून घेऊन ते अमलात आणू या.

- सरश्री

खंड १

येशूंच्या देहाच्या जन्माची तयारी

१

येशू होऊन येशूला जाणून घ्या

येशूंच्या देहाचा जन्म

आजपासून काही हजार वर्षांपूर्वी मानवतेची चेतना जागृत करण्यासाठी या भूतलावर एक प्रेषित, एक चैतन्य चेतना अवतरली. एका ईश्‍वरी अंशाने एका कुमारी कन्येच्या पवित्र गर्भातून जन्म घेतला. तोच पुढे लोकांचा मुक्तिदाता बनला.

ईश्‍वराच्या या महान पुत्रालाच लोक ईसा मसीह, येशू, जीजस, ख्रिस्त इत्यादी नावांनी ओळखतात. *बायबल* या ख्रिश्‍चनांच्या महान ग्रंथामध्ये त्यांच्याविषयी खूपच माहिती मिळते. पण ईसा मसीहला अंतर्मनातून जाणून घ्यायचे असेल तर त्यासाठी आपण स्वत:च ईसा मसीह, येशू ख्रिस्त (चैतन्य) व्हायला पाहिजे. येशू बनल्याशिवाय येशूला पूर्णपणे जाणून घेण्यात कोणीही यशस्वी होऊ शकत नाही.

येशूंच्या जन्मापूर्वीची परिस्थिती

येशूंच्या शारीरिक जन्माविषयी जाणून घेण्याआधी ईश्‍वरपुत्राच्या जन्मासाठी कोणती परिस्थिती निमित्त ठरली, हे जाणून घेणे अतिशय आवश्यक आहे.

२००० वर्षांपूर्वीची गोष्ट आहे. तेव्हा पॅलीस्तीन (इस्त्राईल) नावाच्या देशात यहुदी लोक राहत असत. यहुदी म्हणजे ज्यू. तिथे कलियुगाचे राज्य होते. कारण ते युनानी आणि रोमवासीयांचे राज्य होते. त्यांना त्या काळचे क्षत्रिय आणि वैश्य म्हणता येईल. क्षत्रिय म्हणजे ज्यांच्याकडे शस्त्रबळ होते आणि वैश्य म्हणजे ज्यांच्याकडे व्यापार होता, पैशाची ताकद होती.

तिथे राहणारे मोठमोठे व्यापारी हे युनानी होते. लोकांना लुटण्याच्या अनेक तऱ्हा त्यांना माहीत होत्या. या युनानी आणि रोमवासीयांमध्ये यहुदी मात्र भरडले जात होते. रोमच्या रहिवाशाचे स्वत:चे असे सैन्य होते, सत्ता होती आणि युनानींच्या हातात सगळा व्यापार होता. त्यांच्यामध्ये यहुदी लोकांचे मात्र विनाकारण हाल होत असत. ते शेती करत; पण युनानी लोक पिकाच्या मोजमापात लबाडी करून त्यांना उगाचच छळून लुटत आणि गरीबच ठेवत असत.

ईसा मसीहच्या जन्मापूर्वी इस्राईलच्या जनतेवर अनेक प्रकारचे अत्याचार केले जात होते. इस्रायली लोक एकीकडे रोमन शासकांच्या अत्याचारांमुळे भयभीत झालेले होते; तर दुसरीकडे युनानी लोकांनी लादलेले कर भरता-भरता त्रस्त झाले होते. रोमन शासकाच्या आणि युनानी व्यापाऱ्यांच्या शोषणामुळे इस्रायली जनतेला मरणयातना भोगाव्या लागत होत्या. त्यात भर म्हणजे त्यांच्या धर्माचे ठेकेदार बनलेले 'रबिया' (इस्रायली लोकांचे पंडित, पुरोहित) त्यांना धार्मिक कर्मकांडांचे काटेकोर पालन करायला लावत असत. ते त्यांना कष्टप्रद वाटत असे. अशा प्रकारे रबिया, युनानी व्यापारी आणि रोमन शासक असा तिहेरी मार सहन करायला इस्रायली जनता असमर्थ ठरत होती. अन्यायाच्या जात्याखाली पिसून निघत होती. त्याच वेळी अशा दुर्बल जनतेला अत्याचारमुक्त करण्यासाठी येशूंचा जन्म झाला.

मरीयम आणि जोसेफ यांना देवदूताचा संदेश

मरीयम ही एक सामान्य युवती होती. जोसेफ नावाच्या एका सुतारकाम करणाऱ्या युवकाबरोबर तिचे लग्न जवळजवळ ठरल्यासारखेच होते. एक दिवस गॅब्रिएल नावाचा एक देवदूत मरीयमसमोर प्रकट झाला. त्याने तिला संदेश दिला, 'तुझ्या पोटी ईश्वरपुत्र जन्म घेणार आहे. तो लोकांना पापमुक्त करेल, त्यांचा उद्धार करेल. पृथ्वीवर शांती स्थापित करून लोकांच्या मनात प्रेमभावना जागृत करेल. म्हणून तो, मानवतेसाठी ईश्वराने दिलेली सर्वोत्तम देणगी ठरेल.' तेव्हा, जोसेफशी लग्न ठरलेले असताना मी जर कुमारी माता झाले तर लोक काय म्हणतील, आपली बदनामी होईल, अशी भीती मरीयमला वाटू लागली. पण देवदूताने तिला समजावले, 'तसे काहीही होणार नाही याची खातरी बाळग.' देवदूताने जोसेफलाही दर्शन दिले आणि कुमारी मरीयम ईश्वरपुत्राला जन्म देणार असल्याचे सांगितले.

मरीयमचा भावी पतीसुद्धा मोठा ईश्वरभक्त होता. त्यामुळे देवदूताचा संदेश त्याने ईश्वराची आज्ञा समजून स्वीकारला. त्या आधी, जेव्हा त्याला मरीयम (मेरी) गर्भवती

असल्याची बातमी मिळाली, तेव्हा विचलित होऊन मरीयमला पत्नी म्हणून स्वीकारायला नकार द्यायचा विचार तो करत होता. पण देवदूताचा संदेश मिळाल्यावर मात्र ईश्वरभक्त जोसेफने त्याचा विचार बदलला आणि गर्भवती मरीयमशी लग्न करून तिला आपल्या घरी घेऊन आला. देवदूताने त्याला असे करायचा सल्ला दिला होता. शिवाय, बाळ जन्मल्यावर त्याचे नाव 'येशू' ठेवा, असेही सांगितले होते.

त्या वेळी रोमन साम्राज्यावर 'ऑगस्टस सीझर'चे राज्य होते. दीर्घ काळ चाललेल्या गृहकलहानंतर आता कुठे रोमन जनता शांततापूर्ण जीवन जगायला शिकत होती. त्याच वेळी ऑगस्टस सीझरने जनतेवर कर लादण्याचे जाहीर केले. त्यांना आपापल्या शहरांमध्ये जाऊन स्वत:ची नोंदणी करण्याचा आदेश दिला. जोसेफ आणि त्याची पत्नी त्या वेळी नाजरेथमध्ये राहत होते. नोंदणी करण्यासाठी त्यांना बेथलहेमला जावे लागणार होते. मरीयमच्या प्रसूतीचे दिवस अगदी जवळ आले होते.

जोसेफ आणि मरीयम कसेबसे बेथलहेमला पोहोचले. पण तिथे नोंदणीसाठी जमलेल्या लोकांची प्रचंड गर्दी होती. त्यामुळे त्यांना कोणत्याही धर्मशाळेत राहायला जागा मिळाली नाही. अखेर जागा मिळवण्यासाठी जोसेफ धावपळ करून दमला, निराश झाला. त्याच वेळी मरीयमला प्रसववेदना सुरू झाल्या. जोसेफ घाबरला. त्याने शेजारच्याच एका धर्मशाळेची देखभाल करणाऱ्याला मरीयमची अवस्था पुन्हा एकदा समजावून सांगितली.

धर्मशाळेत एकही खोली रिकामी नसल्याचे त्याने जोसेफला आधीच सांगितले होते. पण आता मरीयमची अवस्था बघून तो म्हणाला, 'माझ्याकडे घोड्यांचा एक तबेला आहे. त्यात जागा करून राहू शकत असलास तर बघ.' जोसेफने कृतज्ञतापूर्वक त्याचा स्वीकार केला आणि तिथे मरीयमसाठी आरामदायी शय्या तयार करू लागला. दरम्यान मरीयमच्या प्रसववेदना वाढत गेल्या. कडाक्याची थंडी असलेल्या त्या रात्री तबेल्यामध्ये मध्यरात्री १२ वाजता मरीयमने एका प्रतिभासंपन्न, तेज:पुंज बालकाला जन्म दिला. 'मरीयमच्या गर्भातून जन्म घेणारा बालक विश्वात आशा आणि शांती निर्माण करणारा अग्रदूत होईल,' असा संदेश देवदूताने आधीच दिलेला होता. त्यामुळे मरीयम आणि जोसेफ यांनी भक्तिभावनेने त्या बालकाचा उचित आदरसत्कार, स्वागत केले.

आता मदर मेरी झालेल्या मरीयमने प्रसववेदना विसरून नवजात बालकाला एका कपड्यात गुंडाळले आणि जिथे घोड्यांना तोबरा दिला जात असे त्या घळीत ठेवले. जगाचा उद्धार करण्यासाठी अवतरलेल्या येशूला अशा दयनीय आणि संघर्षमय स्थितीत

जन्म घ्यावा लागणे, ही किती विचित्र विडंबना आहे. तरीदेखील पुत्रप्राप्तीच्या आनंदात ईश्वराला धन्यवाद देत मरीयम गात होती,

मरीयम आहे आनंदात, राजा बालक अश्वगृहात...

अनेक अडचणी असूनही मेरी आणि जोसेफ अतिशय खूश होते. कारण ईश्वराचा अंश आता त्यांच्या परिवारात सामील झालेला होता. देवदूत पुढे जी भविष्यवाणी करणार होता त्यासाठी ते तयार होते. बालकाला आपल्या कुशीत घेतलेली, सर्व प्रसववेदना विसरलेली मेरी कोणत्या अवस्थेत होती? हे आपण पुढच्या भागात जाणून घेऊ या.

■

२

मदर मेरीची अवस्था

'तुझ्या पोटी एक मुक्तिदाता जन्म घेणार असून तू कुमारी माता होणार आहेस.' जेव्हा माता मेरीला देवदूताने दर्शन दिले तेव्हा वरील संदेश दिला होता.

येशू कुमारी मातेच्या पोटी जन्मला, याचा वास्तविक अर्थ असा आहे, माता मेरीने ज्या सर्वोच्च चेतनेला जन्म दिला त्याच्या जन्मामागे कोणत्याही व्यक्तीची इच्छा, वासना नव्हती, तर शुद्ध पावित्र्य होते. अन्यथा कित्येक लोक लग्न तर करतात; पण आम्हांला सर्वोच्च चेतनेला जन्म द्यायचा आहे, म्हणून आम्ही लग्न करणार आहोत, असे म्हणत नाहीत. जन्माला आलेले बालक विश्वाला सुख प्रदान करण्यासाठी असेल, स्वार्थासाठी नाही, असा विचार कोणीही करत नाही. प्रत्येक जण आधी माझ्या गरजा पूर्ण व्हायला हव्यात, घरदार व्हायला हवे, मुलेबाळे तर नंतर होतीलच, असाच विचार करत असतो. म्हणजेच नि:स्वार्थीपणे केवळ चेतनामयी अपत्याचा विचार करून कोणी लग्न करत नाही. लोक स्वार्थासाठी, आपला वैयक्तिक उद्देश लक्षात ठेवून, केवळ वंश वाढवण्यासाठी, आणि आपण जे करू शकलो नाही ते मुलांकडून करवून घेण्यासाठी लग्न करतात. पण माता मेरी आणि जोसेफ यांच्या जीवनात या बालकाने जेव्हा प्रवेश केला तेव्हाच तो मोठा होऊन विश्वात क्रांती आणेल ही पवित्र भावना त्यांच्या मनात होती. या भावनेने मुलांना जन्म देणारे आईबाप किती असतात? जे लोक या दृष्टिकोणातून माता मेरीच्या भावना समजू शकतात ते माता मेरीची पूजा करतात. कारण माता मेरीने एका उच्च चेतनेला जन्म दिला आणि मग त्या चेतनेने अनेकांना जन्म दिला. अर्थात येशूने अनेक लोकांचा जणू काही पुनर्जन्मच घडवला.

इथे आणखी एक महत्त्वाची गोष्ट लक्षात घ्यायला हवी, ती म्हणजे कुमारी मेरीचे मनोशरीरयंत्र (मानवी शरीर) येशूला जन्म देण्यासाठी तयार होते म्हणूनच तिच्या

आयुष्यात ही परमावधी येऊ शकली. त्यामुळेच ती 'माता मेरी' म्हणून प्रसिद्ध झाली. या घटनेतून हेही दर्शवले आहे, की ज्या माणसामध्ये, माझे मनोशरीरयंत्र ईश्वरइच्छेनुसार परिवर्तित होण्यासाठी सज्ज आहे, आता ईश्वर त्याचा हवा तसा उपयोग करू शकतो, अशी ईश्वराप्रति संपूर्ण समर्पण भावना जागृत होते, तेव्हाच माता मेरीची अवस्था त्याला प्राप्त होऊ शकते.

माता मेरी शुद्ध होती, पवित्र होती म्हणूनच ती येशूंच्या देहाला जन्म देऊ शकली. जर तुम्हांला तुमच्यामध्ये येशूंचा जन्म घडवायचा असेल तर तुमचे मनोशरीरयंत्रही माता मेरीप्रमाणे शुद्ध आणि पवित्र असायला हवे. तेव्हाच तुमच्यामध्ये येशू चेतनेचा जन्म होऊ शकेल.

येशूला जन्म देताना माता मेरीची चेतना सर्वोच्च स्तरावर पोहोचली होती. त्यामुळे गर्भावस्थेत असल्यापासूनच येशूंवर सर्वोत्तम संस्कार होत गेले. आपण ईश्वराच्या पुत्राला जन्म देणार आहोत, असेच भाव माता मेरीच्या मनात होते. जेव्हा तुमच्याही मनात असा भाव जागृत होईल तेव्हाच तुम्ही माता मेरीला समजून घेऊ शकाल. मगच माता मेरीच्या भावनेतून म्हणाल, 'आता माझ्याद्वारे (शरीराच्या माध्यमातून) तुझी इच्छा (Thy will be done) पूर्ण होवो.'

एका मुक्तिदात्याला जन्म देण्यासाठी माता मेरी संपूर्ण पात्र होती, पूर्ण क्षमता तिच्यात होती. येशूला जन्म देण्यापूर्वीच तिला आत्मसाक्षात्कार झाला होता. तोच साक्षात्कार, जो संत मीराबाईला झाला होता. माता मेरीने येशूला कोणतेही ज्ञान दिले नाही. ती शांतपणे तिचे काम करून गेली. पण येशूने केलेले कार्य प्रकटरूपाने लोकांसमोर अभिव्यक्त झाले. म्हणून लोक आजही त्यांचे स्मरण करतात. माता मेरीने येशूला जन्म देण्याच्या घटनेविषयी काही लोकांना असे वाटते, की येशूने दिलेल्या शिकवणीचा परिणाम माता मेरीवरही झाला होता. पण प्रत्यक्षात येशूमध्ये माता मेरीच्या जाणिवांचा (चेतनेचा) प्रभाव होता, जो त्याने गर्भावस्थेतच ग्रहण केला होता. मूल आईच्या पोटात असताना आईच्या भावना, मनोवस्था यांचा परिणाम त्या मुलावर होत असतो. त्या वेळी जर आईच्या मनात तिरस्कार, ईर्षा, द्वेष भरलेला असेल, सासू-नणंदेशी भांडणात ती गुंतलेली असेल तर तिच्या पोटी येशू कसा जन्म घेणार?

सर्वोच्च चेतनेला जन्म देण्यासाठी माता मेरीची निवड केली गेली होती. म्हणून तिला कुमारी, शुद्ध, पवित्र चेतना असे म्हटले गेले आहे. तिच्यामध्ये व्यक्तिगत अहंकाराची भेसळ झालेली नव्हती. खरे तर अनेकदा ईश्वर, एखाद्या माणसाच्या माध्यमातून संवाद साधण्याचा प्रयत्न करत असतो; पण त्या माणसाचा अहंकार मध्ये-मध्ये आडवा येत

असतो. बऱ्याच लोकांना उच्च चेतनेत पोहोचल्यावर ईश्वरीय अनुभव येतो. जेव्हा एखाद्याच्या बाबतीत अशी उच्च चेतनेच्या आविष्काराची सुरुवात होते तेव्हा यापूर्वी आपल्याकडून कधीच बोलले गेले नाहीत असे शब्द निघत आहेत, याचे आश्चर्य वाटते. वास्तविक लोकांच्या बाबतीत असे काही काळ होते; पण इतरांमध्ये काही काळ येणारी पावित्र्याची पात्रता माता मेरीमध्ये मात्र सदैव जागृत राहिली. त्याच अवस्थेत उच्च चेतनेचा जन्म झाला. कारण तेव्हा तिच्यामध्ये Thy will be done असा समर्पण भाव तयार झाला होता.

माता मेरीमध्ये संपूर्ण समर्पण होते म्हणूनच आज तिचे पूजन केले जाते. मीरा असो वा मेरी, दोघींमध्ये तोच समर्पण भाव दिसून येतो. मीरेने कृष्णाला एका नव्या रूपात आपल्यासमोर आणले, तर माता मेरीने आत्मबलिदानाचा आदर्श ठरलेल्या येशूला जन्म दिला. दोघींनी एकाच प्रकारची भूमिका वठवली; पण वेगवेगळ्या पद्धतीने. दोघी जणी रिक्त बासरी बनल्या होत्या. बासरी म्हणजे रितेपण, काहीच नसणे. अशा अवस्थेत बासरीतून कशा प्रकारचे संगीत निर्माण होईल, सूर निघतील? ते आपण मीरा आणि मेरी यांच्या जीवनातून समजून घेऊ शकतो. त्यातूनच आपण हे समजून घ्यायचे आहे, की येशूंचा जन्म आपल्या अंतर्मनात व्हायला हवा. म्हणजेच ती चैतन्य चेतना आपल्या अंतर्मनात जागृत व्हायला हवी. 'या शरीराद्वारे उच्च चेतनेची इच्छा पूर्ण होवो. मी त्यात बाधा बनणार नाही,' या विचारावर माता मेरी ठाम राहिली होती. ज्याच्याशी माता मेरीचा विवाह होणार होता, त्या जोसेफमध्येही तशीच चेतना जागवली गेली आणि त्यालाही ईश्वरीय संदेश दिला गेला. तोसुद्धा ईश्वरभक्त होता म्हणून माता मेरी आणि जोसेफ यांची जोडी निवडली गेली. त्यांनी व्यक्तिगत महत्त्वाकांक्षेसाठी नव्हे, तर एका महान मुक्तिदात्याला जन्म देण्यासाठी विवाह केला होता. त्यांच्यामध्ये शुद्ध आणि संपूर्ण समर्पण भाव होता.

■

३

जन्मदिनाची भेट

२५ डिसेंबरला येशू ख्रिस्ताचा जन्म झाला. आजही हा दिवस संपूर्ण जगात धूमधडाक्यात साजरा केला जातो. खरे तर ख्रिस्मस कसा साजरा केला पाहिजे? या प्रश्नाची अनेक उत्तरे मिळतील. प्रत्येक जण आपापल्या चेतनेच्या स्तरानुसार उत्तर देईल. त्यातील काहीच लोक चैतन्य चेतनेनुसार उत्तर देतील. चैतन्य चेतना म्हणजे 'क्राइस्ट कॉन्शियसनेस'. किती लोक त्या चेतनेनुसार उत्तर देऊ शकतील? कारण त्या चेतनेनुसार उत्तर द्यायचे असेल तर आधी आपल्यामध्ये सजगता आणि सतर्कता जागृत झाली पाहिजे, तरच उत्तर मिळेल. अन्यथा त्या व्यक्तीच्या उत्तरात तिचा अहंकारच दिसून येईल. येशू ख्रिस्तचा जन्म म्हणजे चैतन्य, सजगतेचे प्रकटीकरण. हा खास दिवस खऱ्या अर्थाने साजरा करायचा असेल तर त्या दिवशी ज्या सत्याचा जन्म झाला, त्याला जे प्रिय आहे तेच अर्पण केले पाहिजे.

आपण येशूला आपल्या सर्व वाईट सवयी, आपली पापकर्मे, आपले अज्ञान समर्पित करावे आणि त्याच्या आज्ञेचे पालन करावे. असे झाले तरच आपण येशूला योग्य भेट दिली, खऱ्या अर्थाने ख्रिस्मस साजरा केला असे म्हणता येईल.

तुम्ही जेव्हा एखाद्याच्या वाढदिवसासाठी जाता तेव्हा त्याला कशा प्रकारची भेटवस्तू देता? त्याला आवडेल ती, की तुम्हांला आवडते ती? ज्याचा वाढदिवस असेल त्याच्या आवडीची वस्तूच त्याला भेट म्हणून द्यावी असाच विचार आपण करतो ना? त्यासाठी आधी आपल्याला त्याची चेतना समजून घ्यावी लागते. अर्थात, त्याच्या आवडीनिवडी समजून घ्याव्या लागतात. त्याचप्रमाणे येशू ख्रिस्तचा जन्मदिवस साजरा करायचा असेल तर आधी आपल्याला त्याची चेतना समजून घ्यावी लागेल. त्या चैतन्याला जे प्रिय आहे ते जाणून घ्यावे लागेल आणि तेच त्याला भेट म्हणून द्यावे लागेल.

विचार करा, येशूला सूळ प्रिय होता का– जो त्याला दिला गेला? पण लोकांनी येशूला तेच दिले, कारण येशूंचा जन्म कशासाठी झालेला आहे तेच त्यांना समजले नव्हते. ज्या लोकांनी येशूला सुळावर चढवले त्यांच्यामध्ये अहंकाराची चेतना जागृत होती. त्यानंतर अनेक युगे लोटल्यावर कुणालातरी जाणवले, अरे! येशूमध्ये तर सर्वोच्च चेतना कार्यरत होती. मग त्याला जे दिले ते का दिले गेले? आणि खरे तर त्याला काय द्यायला हवे होते?

प्रत्येक जन्मदिवस हा वास्तविक सत्याचे चिंतन करण्याचा, विचार करण्याचा निमित्ताचा दिवस असतो! ख्रिस्मसचा दिवस म्हणजेसुद्धा ख्रिस्तला काय भेट द्यायची, याचा विचार करण्याचा दिवस असतो. खरेच या दिवशी विचार करा, चिंतन करा, आजपर्यंत तुम्ही ज्यांना काही भेटवस्तू दिल्या, त्या कशा होत्या? आणि आता येशूला काय द्यायचे आहे? उत्तर मिळेल, येशूला केवळ भेटवस्तू देऊन किंवा मिठाई देऊन भागणार नाही. विचार करता-करता तुम्ही चेतनेच्या अशा एका उच्च स्तरावर जाऊन पोहोचाल, की मग येशूंच्या चेतनेला जे अपेक्षित आहे तेच तुम्ही करू लागाल. त्या चेतनास्तरावर असताना, अर्थात येशूने दिलेल्या आज्ञेनुसार जर तुम्ही तुमचे जीवन जगू लागलात तर येशूसाठी तीच सर्वोत्तम भेट ठरेल. कारण 'सत्याधारित जीवन जगण्याचे वचन हीच खरी भेट' हेच त्या चेतनेचे उत्तर असेल. जे लोक हे वचन देऊ शकतात त्यांनी ते द्यावे आणि जे समजू शकतात त्यांनी ते समजून घ्यावे, ज्यांना कान आहेत त्यांनीच ऐकावे.

येशूला समजून घ्यायचे असेल तर त्यासाठी येशूच व्हावे लागेल. त्यासाठी येशूने सांगितलेली सत्यवचने वाचावी, ऐकावी आणि समजून घ्यावी लागतील; तरच त्यांच्यामधला सत्यार्थ समजू शकेल. ज्यांचे कान उघडतात, जे सत्याची शिकवण समजून घ्यायला लागतात ते थोडे थांबून मनन करतात, चिंतन करतात, प्रश्न विचारतात. येशूने जे काही सांगितले आहे, त्याचा खरा अर्थ काय, ते पूर्णपणे समजून घेऊन आपल्या आयुष्यात त्याचा उपयोग कसा केला पाहिजे, याचा विचार करतात.

माणूस आपल्या चेतनेनुसार सकाळपासून रात्रीपर्यंत कार्यरत असतो. त्यासाठी त्याला विशेष असा विचार करावा लागत नाही किंवा मनन करावे लागत नाही. ते सगळे करताना तो सजग नसतो. पण, जर इतरांची चेतना समजून घ्यायची असेल तर निश्चितच सजग राहावे लागते. जेव्हा तुम्ही सजग असता तेव्हाच येशूसारख्या चेतनेला समजून घेऊ शकता. तुम्ही जर येशूने दिलेली शिकवण अमलात आणू शकलात, तरच खऱ्या अर्थाने येशू ख्रिस्ताचा जन्मदिवस साजरा करू शकाल, चैतन्य चेतनेला आपल्यामध्ये जागवू शकाल. ■

४

येशूंच्या जन्माची भविष्यवाणी

येशूंच्या जन्माविषयीची भविष्यवाणी अशी होती, 'यहुदी प्रदेशाच्या बेथलहेममध्ये एका अशा शासकाचा जन्म होईल, जो इस्त्राईलच्या जनतेचा मार्गदर्शक बनून त्यांचा उद्धार करेल.' त्या काळच्या तीन बुद्धिमान संतांना (त्यांना मेगाय म्हटले जायचे) या भविष्यवाणीची कल्पना होती. येशूंचा जन्म झाल्यावर 'प्रेषिताचा जन्म झालेला आहे,' असा संदेश त्या तीन बुद्धिमान संतांना मिळाला होता. यहुदी प्रदेशाचा स्थानिक राजा हेरॉल्ड याला जेव्हा येशूंच्या जन्माची वार्ता कळली तेव्हा तो अस्वस्थ झाला. कारण त्या भविष्यवाणीनुसार येशू हा यहुदींचा उद्धार करणार होता. त्यामुळेच राजा हेरॉल्डची जुलमी सत्ता संपुष्टात येण्याची शक्यता होती.

नवजात ईश्वरीपुत्राची पूजा-अर्चना करता यावी यासाठी त्याचा शोध घेण्याचा आदेश राजाने त्या तीन बुद्धिमान संतांना दिला. पण राजा हेरॉल्डच्या मनातले कपट त्या संतांनी ओळखले होते. आकाशात उगवलेल्या नवोदित नक्षत्राच्या आधारे दिशा शोधत-शोधत ते बेथलहेमला पोहोचले. जिथे येशूंचा जन्म झाला होता तिथे जाऊन त्यांनी अतीव श्रद्धेने येशूंचे दर्शन घेतले. त्यांनी बालकाची पूजा केली आणि त्याला सुवर्ण, सुवासिक अत्तर, धूप इत्यादी भेटवस्तू देऊन दुसऱ्या मार्गाने आपल्या स्थळी परत गेले. राजाचा मनसुबा त्यांना समजल्याने राजाची भेट घेणे त्यांना योग्य वाटले नाही.

त्याच दरम्यान एका देवदूताने जोसेफच्या स्वप्नात जाऊन त्याला संदेश दिला, 'राजा हेरॉल्ड त्याच्या मुलाचा, येशूंचा वध करणार आहे. त्यामुळे त्याने येशू आणि मेरीसह बेथलहेम सोडून युनानला निघून जावे आणि देवदूताकडून पुढचा संदेश मिळेपर्यंत युनानमध्येच राहावे.' स्वप्नील संदेशानुसार जोसेफ पत्नी आणि मुलासह युनानला निघून गेला. राजा हेरॉल्डला जेव्हा त्या तीन बुद्धिमान संतांनी केलेली हुशारी समजली तेव्हा तो

अत्यंत क्रोधित झाला. त्याने त्याच्या शिपायांना बेथलहेम आणि त्याच्या आसपासच्या परिसरातील दोन वर्षांपर्यंतच्या सर्व लहान मुलांना ठार मारण्याचा आदेश दिला. त्याच्या हुकमावरून अनेक लहान मुलांचा वध केला गेला. पण येशू त्यापूर्वीच त्याच्या आईवडिलांसह युनानमध्ये सुरक्षित पोहोचला होता.

आता राजा हेरॉल्डला अनेक निष्पाप लहानग्यांची कत्तल केल्याचा पश्चात्ताप होत होता. कालांतराने त्याचे हृदयपरिवर्तन झाले आणि त्याने येशूला ठार मारण्याचा विचार सोडून दिला. राजाचे हृदयपरिवर्तन झाल्यावर देवदूताने पुन्हा एकदा जोसेफच्या स्वप्नात जाऊन त्याला इस्राईलला परत जाण्याचा आदेश दिला. कारण आता येशूला तिथे काहीच धोका नव्हता. देवदूताच्या संदेशानुसार जोसेफ, मेरी आणि येशूसह गॅलेली नामक जिल्ह्यातील नाजरेथ या ठिकाणी गेला आणि तिथे शांततेने राहू लागला. पैगंबरांनी येशूविषयी जी भविष्यवाणी केली होती, त्यात त्यांनी असेही म्हटले होते, की ईश्वराचा हा पुत्र, 'नजरिने' अर्थात नाजरेथचा निवासी या नावानेही ओळखला जाईल. येशूंचे बालपण नाजरेथमध्ये गेल्याचे बहुधा हेच कारण असावे.

येशू लहानपणी नेहमी जेरूसलेमच्या जत्रेला जात असत. असेच एकदा माता मेरी, जोसेफ आणि येशू जेरूसलेमच्या जत्रेहून परत येत होते, तेव्हा अचानक, येशू आपल्याबरोबर नाही हे माता मेरीच्या लक्षात आले. तिला वाटले, येशू दुसऱ्या कुठल्यातरी लोकांबरोबर मागे येत असेल. पण बराच वेळ तो आला नाही, तेव्हा तिला त्याची काळजी वाटू लागली. येशू हरवला की काय, असे वाटून माता मेरी आणि जोसेफ त्याला शोधायला परत जेरूसलेमला गेले. तिथे त्यांना येशू एका मंदिरामध्ये अनेक लोकांमध्ये बसून त्यांच्याशी चर्चा करत असल्याचे दिसले. माता मेरी आणि जोसेफ दोघांनी त्यांना विचारले, ''तुला आमची काळजी वाटली नाही का? तू आमच्या सोबत नाहीस हे समजल्यावर आम्हांला किती त्रास झाला, हे तुला ठाऊक नव्हते का?'' तेव्हा येशू त्यांना म्हणाले, ''मी तर माझ्या वडिलांच्या घरीच राहणार आहे, हे तर तुला माहीतच आहे ना?'' येशूंचे उत्तर ऐकून माता मेरी अवाक् झाली. येशू हा एक मुक्तिदाता असून लोकांचा उद्धार करण्यासाठी त्याने जन्म घेतला आहे, या देवदूताच्या संदेशाचे तिला तत्काळ स्मरण झाले.

जेरूसलेममध्ये बुद्धिमान लोकांचा सत्संग झाल्यावर येशू त्यांच्या माता-पित्यांसह पुन्हा नाजरेथला आले. आपल्या मुलाचा विकास हा ईश्वरी योजनेनुसारच होत आहे, असे माता मेरी आणि जोसेफ यांना वाटू लागले. कारण मोठा होत असलेला येशू आता समाजातील लोकांना शिक्षित करू लागला होता. ■

खंड २

येशूंचा धर्मसंस्कार आणि चमत्कार

५

येशूंचा धर्मसंस्कार

हिंदूंमध्ये जसे उपनयन किंवा नामकरण विधीला महत्त्व आहे तसेच ख्रिश्चन धर्मामध्ये बाप्तिस्माला खूप महत्त्व आहे. हिंदू लोकांना गंगास्नान केल्यावर जसे पवित्र वाटते तसेच ख्रिश्चन लोकांना बाप्तिस्मा केल्यावर वाटते.

त्या काळच्या रीतिरिवाजांप्रमाणे येशूलाही बाप्तिस्माचा धर्मसंस्कार करून घ्यायचा होता. तेव्हा जॉन नामक एक धर्मगुरू योग्य वयातल्या व्यक्तींना बाप्तिस्मा देत असत. येशूही त्यांच्याकडे धार्मिक संस्कार करून घेण्यासाठी गेले. पण ते त्यांना म्हणाले, 'मी आतापर्यंत लोकांना जॉर्डन नदीच्या पाण्यानं स्नान घालून, त्यांची पापं धुऊन त्यांना बाप्तिस्मा देत होतो. पण मला प्रतीक्षा होती ती तुमच्यासारख्या व्यक्तीची! जी ईश्वरीय भावनेनं पवित्र असून मलाच बाप्तिस्मा देईल. आता तुम्ही आलाच आहात तर मी तुम्हांला बाप्तिस्मा न देता तुम्हीच मला बाप्तिस्मा द्यावा.' पण येशूंच्या आग्रहावरून त्या धर्मगुरूंनी त्यांना बाप्तिस्मा दिला.

बाप्तिस्माचा संस्कार झाल्यावर येशू जेव्हा पाण्याबाहेर येत होते, तेव्हा ईश्वरीय चेतना स्वर्गातून खाली उतरत आहे, असा त्यांना भास झाला. ती चेतना म्हणत होती, 'तू माझा पुत्र आहेस. तू मला प्रिय आहेस आणि मी तुझ्यावर अतिशय प्रसन्न आहे.' बाप्तिस्मानंतर ईश्वरीय चेतनेने ओतप्रोत भारलेले येशू अनेक दिवस अन्नपाणी न घेता ईश्वर-चिंतन करत राहिले.

सैतानाने येशूला दिलेले प्रलोभन

अनेक दिवसांच्या उपवासाने येशूंचे शरीर दुर्बल झाले होते. पण ईश्वराच्या संपर्कात असल्याने ते आनंदी आणि शांत होते, आपल्या अंतर्मनाशी एकरूप झालेले होते. त्यांच्या

चेहऱ्यावर दैवी तेज झळकत होते. त्याच वेळी येशूला लालूच दाखवायला आणि त्यांना पथभ्रष्ट करायला एक सैतान तिथे प्रकट झाला.

सैतान येशूला म्हणाला, ''तू जर खरंच ईश्वराचा पुत्र असशील तर या दगडाचं रूपांतर पाव-रोटीमध्ये (ब्रेडमध्ये) करून दाखव.''

त्यावर येशू म्हणाले, ''माणूस केवळ पाव-रोटीवरच जीवंत राहतो असं नाही, तर परमेश्वराच्या मुखातून निघणाऱ्या प्रत्येक शब्दावर तो जगत असतो.''

मग सैतान येशूला सर्वात उंच कड्यावर घेऊन गेला आणि तिथून त्यांना जगातल्या सर्व राजवंशाची धनदौलत दाखवून पुन्हा लालूच देत तो म्हणाला, ''हे बघ येशू, ही सारी धनदौलत तुझी होऊ शकते. हे सगळं मी तुला देऊ शकतो. या सर्वांवर केवळ तुझाच अधिकार असेल. पण त्यासाठी तुला माझी पूजा करावी लागेल.''

तेव्हा त्याला उत्तर देताना येशू म्हणाले, ''केवळ स्वामीची आणि ईश्वराचीच पूजा करावी, असं लिहिलं गेलं आहे.''

मग हरलेल्या सैतानाने येशूला देवस्थानाच्या सर्वात उंच जागी नेले आणि म्हणाला, ''तू जर खरंच ईश्वराचा पुत्र असशील तर इथून उडी मार. तुझ्या ईश्वराचे देवदूत तुला हवेतच झेलतील आणि तुझं रक्षण करतील. त्यामुळे तुझ्या ईश्वराच्या शक्तीची परीक्षा होईल.''

तेव्हा येशू शांतपणे म्हणाले, ''आपल्या स्वामीच्या, ईश्वराच्या शक्तीची परीक्षा कधी घेऊ नये, असंही लिहिलं गेलं आहे.''

अशा प्रकारे सैतानाने येशूला अनेक प्रकारची प्रलोभने दाखवली, त्यांना पथभ्रष्ट करायचा प्रयत्न केला, पण येशू जराही विचलित झाले नाहीत. अखेरीस भविष्यात आपण पुन्हा कधीतरी येशूला पथभ्रष्ट करू अशी आशा उराशी बाळगून तो सैतान निघून गेला.

त्याच दरम्यान राजा हेरॉल्डने येशूला बाप्तिस्मा देणाऱ्या जॉन या धर्मगुरूची हत्या केली होती. तसेच त्याने इतर लोकांवरही अनेक प्रकारचे अत्याचार केले होते.

त्यानंतर येशूंच्या सेवाकार्याला आरंभ झाला. त्यांनी त्यांच्या आसपासच्या लोकांना शिक्षण देणे सुरू केले. त्यांनी लोकांना पहाडावर नेऊन तिथे जो उपदेश दिला त्याला आजही 'सरमन ऑन माउंट' म्हणून ओळखले जाते. अनेक प्रकारच्या लोकांनी त्यांच्याकडून ज्ञान प्राप्त केले. कोणताही भेदभाव न करता येशू सर्व लोकांना ईश्वराचा संदेश देऊ लागले.

ईश्वरपुत्र असलेल्या येशूने केलेल्या साधनेमुळे आणि उपासनेमुळे त्यांच्यात अनेक चमत्कारिक गुण अवतरले. आवश्यकतेनुसार त्यांनी त्यांच्या चमत्कारांचा आविष्कारही केला. किंबहुना त्यांच्या शरीराच्या माध्यमातून लोकांना चमत्कारांचे दर्शन झाले, असे म्हणता येईल. त्यानंतर लोकांचा विश्वास बसू लागला, की हा ईश्वरपुत्र कोणी पैगंबर बनून आलेला नाही, तर स्वतः ईश्वरानेच सर्वांचे दुःख दूर करण्यासाठी प्रेषिताच्या रूपात जन्म घेतला आहे.

■

६

येशूने केलेले चमत्कार

१. विधवेच्या एकुलत्या एक मुलाचे जीवन

एकदा एका विधवेच्या एकुलत्या एक मुलाचे निधन झाल्यावर लोक त्याचे कलेवर दफन करायला घेऊन जात होते. ती विधवा स्त्री रडत, आकांत करत प्रेतयात्रेबरोबर जात होती. नेमके त्याच वेळी येशू त्यांच्या शिष्यांबरोबर तिथून जात होते. त्या विधवेला रडताना पाहून ते प्रेतयात्रेजवळ गेले आणि शवपेटीला स्पर्श करून म्हणाले, ''अरे बाळा, तू कुठे निघाला आहेस? ऊठ आणि जरा पाहा, तुझी आई रडून-रडून किती बेजार झाली आहे!'' तत्क्षणी तो मृत मुलगा जीवंत झाला आणि जणू काही झालेच नाही असा सर्वांशी बोलू लागला. सर्व लोक आश्चर्याने आणि आनंदाने पाहू लागले. तेव्हा त्या मुलाच्या आईने ईश्वरपुत्र येशूंचे आभार मानले.

२. यजमानांची लाज राखली

एकदा येशू, त्यांची आई आणि शिष्य यांच्याबरोबर एका लग्नाच्या मेजवानीसाठी गेले. काही वेळाने माता मेरी घाबरीघुबरी होऊन आली आणि येशूला म्हणाली, ''अरे बाळा, मेजवानीसाठी आणलेलं मद्य (वाईन) संपत आलं आहे आणि अद्याप बरेच पाहुणे जेवायचे बाकी आहेत. यजमानांची लाज राखली जाईल असं काहीतरी आता कर.'' तेव्हा येशूने एका नोकराकरवी सहा मोठ्या दगडी भांड्यांमध्ये पाणी भरून घेतले आणि तेच पाणी पाहुण्यांना पिण्यासाठी दिले. ते पाणी पिणारे लोक आश्चर्यचकित झाले होते. कारण त्या दगडी भांड्यांमधले पाणी आता सुगंधित, चविष्ट मद्य बनले होते. अशा प्रकारे यजमानांची लाज तर राखली गेलीच; पण येशूंच्या शिष्यांचा येशूंवरचा विश्वास आणखी दृढ झाला.

३. प्रेतात्म्यापासून मुक्ती

एकदा प्रेतात्म्याने झपाटलेला एक माणूस जोरजोरात ओरडून येशूला म्हणत होता, "नाजरेथ येशू, तुला आमच्याकडून हवंय तरी काय? आम्हांला बरबाद करणार आहेस की काय तू?" त्या माणसाला पाहून येशूला त्याची अवस्था लक्षात आली. त्यांनी त्या माणसाचा हात धरला आणि त्याच्या हाताला झटका दिला. त्यामुळे त्याच्यावरचा दुष्ट आत्म्याचा प्रभाव उतरला. मग शुद्धीवर आलेला तो माणूस येशूपुढे नतमस्तक झाला. अशा प्रकारे येशूने पिशाच शक्तीवरही विजय मिळवला आणि लोकांच्या मनातले भय दूर केले.

४. व्याधीपासून मुक्ती

एकदा येशू त्यांच्या शिष्यांबरोबर सायमनच्या घरी गेले. तेव्हा सायमनची सासू तापाने फणफणलेली होती. येशूने तिला स्पर्श करताच तिचा ताप उतरला. मग येशूने भेटायला आलेल्या गावातल्या सर्व व्याधिग्रस्त लोकांना स्पर्श करून त्यांना व्याधिमुक्त केले. अशा प्रकारे दररोज भल्या पहाटे उठून लोकांशी ईश्वरावर प्रेम करण्यासंबंधी चर्चा करून त्यांना धर्मोपदेश देणे आणि आजारी लोकांना बरे करणे, ही येशूंची दिनचर्याच बनली.

५. कुष्ठरोग्याला निरोगी करणे

एके दिवशी येशू त्यांच्या शिष्यांसह पहाड उतरून मैदानावर आले तेव्हा अनेक लोक त्यांच्या मागे-मागे आले होते. त्यांच्यातला एक जण कुष्ठरोगी होता. एक दिवस तो येशूसमोर गुडघ्यांवर बसला आणि प्रार्थना करू लागला, "हे परमेश्वरपुत्रा, माझी अवस्था पाहा आणि मला या रोगातून मुक्त करा." तेव्हा येशूने कसलाही विचार न करता त्याचा हात हातात घेतला आणि त्याला आश्वासन देत म्हणाले, "मला तू निरोगी झालेलं पाहायचं आहे." येशूंच्या तोंडून हे शब्द निघताच तो कुष्ठरोगी एकदम बरा झाला आणि आनंदातिशयाने येशूला धन्यवाद देऊ लागला.

ही गोष्ट कुणालाही सांगायची नाही, असे येशूने त्याला सांगितले होते. पण झाले उलटेच. येशूने आपल्याला कसे बरे केले हे त्या माणसाने त्याच्या शेजाऱ्यापाजाऱ्यांना सांगितले. त्यामुळे येशूला माणसांनी गजबजलेल्या शहरांमधून जाणे-येणे कठीण होऊन गेले. ते शहराबाहेर एकांतात राहूनच ईश्वराची आराधना करू लागले. तरीही लोक आपापल्या दु:खांतून मुक्तीसाठी त्यांच्याकडे येतच राहिले.

६. वादळ शांत करणे

एकदा येशू त्यांच्या शिष्यांसह एका तळ्याकाठी राहिले होते. त्यांना शिष्यांसह नावेतून

तळ्याच्या दुसऱ्या काठावर जाण्याची इच्छा झाली. त्याप्रमाणे ते सगळे जण एका नावेत बसून निघाले. ते जरा दूरवर गेले तोच अचानक जोराचा वारा सुटला. बघता-बघता त्या वाऱ्याने भयंकर वादळाचे रूप धारण केले. त्या वेळी येशू नावेच्या मागच्या बाजूला आराम करत होते. घाबरलेले शिष्य त्यांच्याकडे गेले आणि वादळात हेलकावणाऱ्या नावेचे वर्णन करू लागले. ते ऐकताच येशू बाहेर आले आणि वादळी वाऱ्याला, उफाणलेल्या पाण्याला रागावले. त्याबरोबर वादळ लगेच शांत झाले आणि नाव व्यवस्थित चालू लागली. येशू त्यांच्या शिष्यांना समजावत म्हणाले, "तुम्ही का घाबरलात? ईश्वरावरचा तुमचा विश्वास कुठे गेला?" हे ऐकताच शिष्य अचंबित झाले. येशूंच्या आदेशावरून वादळ शांत झालेले पाहून ते आश्चर्यचकित झाले होतेच; पण आता येशूने विचारलेले प्रश्न ऐकून ते आणखी अचंबित झाले. ते विचार करू लागले, 'ज्याच्या आदेशानं वादळ शांत होतं, खवळलेलं पाणी शांत होतं, अनेक चमत्कार होतात, तो येशू नक्की आहे तरी कोण?'

७. यहुदींच्या विरुद्ध असलेल्या समाजाचे मन जिंकणे

येशूने आता स्वतःला लोकसेवेसाठी वाहून घेतले होते. त्या काळी सामरियामध्ये राहणाऱ्या सामरीटेस लोकांचे यहुदी लोकांविषयीचे मत चांगले नव्हते. कारण यहुदी लोक त्यांच्याशी मिळूनमिसळून राहत नसत. येशूंचा जन्म यहुदी घरातच झाल्याने सामरीटेस लोक त्यांचा तिरस्कार करत असत.

एकदा येशू असेच लोकसेवेसाठी भ्रमण करत असताना सामरियाच्या साईचर शहरात जाऊन पोहोचले. भ्रमण करून थकलेले येशू तिथे जैकब नावाच्या एका सामरीटेसच्या विहिरीवर आराम करायला थांबले होते. विहिरीतून पाणी काढण्यासाठी येशूकडे दोर, भांडे किंवा अन्य काहीच साधन नव्हते. त्यामुळे विहिरीवर कोणी पाणी काढायला आले तर त्याच्याकडून पाणी घेऊन आपली तहान भागवावी, या विचारात ते तिथे बसले होते.

काही वेळाने एक सामरीटेस स्त्री त्या विहिरीवर पाणी भरण्यासाठी आली. येशूने तिला पाणी मागितले. तेव्हा ती स्त्री म्हणाली, "खरं तर यहुदी लोक, सामरीटेस लोकांशी मिळूनमिसळून वागत नाहीत. पण तुम्ही तर यहुदी असूनही एका सामरीटेस स्त्रीला पाणी मागत आहात, हे आश्चर्यच नव्हे का?"

त्यावर येशू तिला म्हणाले, "ईश्वरानं दिलेल्या वस्तूंविषयी तुला ठाऊक नाही म्हणून तू असं बोलत आहेस. तू मागितलंस तर तुला जीवन-जलही प्राप्त होऊ शकेल. ते जल प्राशन केल्यावर तहान कायमची भागते. तू जे पाणी मला देणार आहेस त्याने थोडा वेळ तहान भागेल; पण थोड्या वेळाने पुन्हा तहान लागेल. 'जीवन-जल' मात्र

(Living Water) कायमची तहान भागवतं.'' येशूला नेमके काय म्हणायचे आहे, हे त्या सामरीटेस स्त्रीच्या लक्षात आले नाही. पण आपल्याला पाणी मागणारी व्यक्ती असामान्य आहे याची जाणीव तिला झाली होती. त्यामुळे थोडा विचार करून त्या स्त्रीने येशूला विचारले, ''तुम्ही माझ्या वडिलांपेक्षा, जैकबपेक्षा मोठे आहात का? त्यांनीच ही विहीर बांधली आणि पिण्यासाठीही पाणी ते स्वतःच काढत असत.''

येशू म्हणाले, ''मी ज्या जीवन-जलाविषयी बोलतो आहे, ते पाणी पिणाऱ्यांमध्ये कायमस्वरूपी असलेल्या एका झऱ्यातून पाझरत असतं. अनंत काळापर्यंत ते माणसाची तहान भागवत राहतं. पण मी आधी म्हटल्याप्रमाणे या विहिरीचं पाणी थोड्या वेळासाठीच तहान भागवू शकतं.''

त्या स्त्रीने येशू नावाचा कोणी प्रेषित अवतरलेला आहे, असे ऐकले होते. पण समोर असलेल्या येशूला मात्र ती ओळखू शकली नाही. थोडा विचार करून ती स्त्री येशूला म्हणाली, ''तुम्ही मला कायमस्वरूपी तहान भागवणारं ते जीवन-जल द्याल का?''

येशू उत्तरले, ''तुला जर खरंच ते जीवन-जल हवं असेल तर तुझ्या पतीला बोलवायला हवं.'' तेव्हा 'मला तर कोणीच पती नाही' असे त्या स्त्रीने सांगितले. तेव्हा येशू म्हणाले, ''आतापर्यंत तुझे पाच पती झाले आहेत हे मला माहीत आहे. पण आता तू ज्याच्याबरोबर राहतेस तो मात्र तुझा पती नाही.''

एका अनोळखी माणसाला आपल्या वैयक्तिक आयुष्याबाबत इतकी माहिती असावी, हे पाहून ती स्त्री आश्चर्यचकीत झाली. तिने येशूंच्या पायांवर लोटांगण घातले आणि म्हणाली, ''आता मला समजलं, मी ज्यांच्याबद्दल ऐकलं होतं ते प्रेषित तुम्हीच आहात. आम्ही आणि आमचे पूर्वज तर या पहाडाचीच पूजा करत आलो आहोत. पण यहुदी लोकांनुसार खरं पूजनीय स्थळ म्हणजे जेरूसलेम आहे.''

त्यावर येशू म्हणाले, ''काही काळानं अशी वेळ येईल, की लोक पहाडाचीही पूजा करणार नाहीत आणि जेरूसलेमलाही पूजनीय मानणार नाहीत. सामरीटेस आणि यहुदी यांच्यामध्ये हा एकच फरक आहे, तो म्हणजे सामरीटेस ज्याला ओळखत नाहीत त्याची पूजा करतात; आणि यहुदी ज्याला ओळखतात त्याची पूजा करतात. आता केवळ ईश्वराची पूजा करायची वेळ आलेली आहे. त्या पूजनात सत्याचा आणि भावनांचा समावेश असेल. मी तर लोकांना ज्ञानदान करून ईश्वराच्या अस्तित्वाची ओळख करून देत आहे.''

ती स्त्री अत्यानंदाने शहराकडे धावत जाऊन ओरडू लागली, ''तो पैगंबर, तो प्रेषित, तो ईश्वरपुत्र तुम्हीच आहात. मी माझ्या शहरवासीयांना सांगणार आहे, की प्रेषित आपल्याला आपल्या पापांपासून मुक्ती द्यायला आला आहे.'' त्याप्रमाणे ती शहरात

गेली आणि सगळ्यांना सांगितले, ''आपण ज्याची वाट पाहत होतो तो प्रेषित आपल्या शहराबाहेरच्या विहिरीवर बसलेला आहे.'' ते ऐकताच सारे शहरवासी त्या विहिरीजवळ एकत्र झाले. येशूला त्यांच्या शिष्यांसह अतिशय आदरपूर्वक शहरात आणून दोन दिवस त्यांचा पाहुणचार केला आणि मेजवानी दिली.

८. जीवनदान– मृत्यूवर विजय

येशू जेव्हा धर्मप्रचार करण्यासाठी ठिकठिकाणी फिरत होते तेव्हाची ही गोष्ट आहे. बेथनी नावाच्या एका गावामध्ये मेरे आणि मार्था नावाच्या दोन बहिणी, लजारस या त्यांच्या भावासह राहत होत्या. येशूंच्या ईश्वरीय शक्तीवर त्यांचा पूर्ण विश्वास होता. ते येशूंचा खूप आदर करत असत. एक दिवस लजारसला गंभीर आजार झाला. त्याच्या जगण्याची शक्यताच नाहीशी झाली. तेव्हा दोघी बहिणींनी आपल्या भावाच्या आजाराची बातमी येशूला सांगितली आणि त्यांना आपल्या गावी येण्याची विनंती केली.

येशूला तो निरोप वेळेवर मिळाला. पण घाईघाईने बेथनी गावी जाण्याऐवजी त्यांनी तो निरोप देणाऱ्याला लजारसचा मृत्यू होणार नाही आणि लजारसच्या आजारामुळे ईश्वरपुत्राची ख्याती आणखी वाढेल, असे आश्वासन दिले. येशूला मेरी, मार्था आणि लजारसविषयी अतीव प्रेम होते. तरीही ते दोन दिवस त्यांच्या गावी गेलेच नाहीत. दोन दिवसांनी त्यांनी शिष्यांना सांगितले, ''लजारसचा मृत्यू झाला आहे. पण, आता यहुदी बांधवांचा विरोध झाला तरीही मी तिथे जाणारच. मग त्यांनी मला दगड मारले तरीही चालेल.'' येशूंच्या शिष्यांना खूप आश्चर्य वाटले. कारण लजारसच्या आजाराची बातमी समजली तेव्हा येशू तिथे गेले नाहीत. आता त्याच्या मृत्यूनंतर जर ते तिथे गेले तर यहुदींचा विरोध सहन करावा लागेल. पण तरीही त्यांनी तिथे जाण्याचा दृढ निश्चय केला.

तिथे गेल्यावर त्यांना दिसले, की यहुदी लोक भावाच्या मृत्यूने दुःखी झालेल्या मेरी आणि मार्था यांचे सांत्वन करत होते. येशू आलेले समजताच मार्था त्यांना भेटायला बाहेर आली आणि म्हणाली, ''प्रभू, आता खूपच उशीर झालेला आहे. चार दिवसांपूर्वीच माझ्या भावाचं कब्रस्तानात दफन केलं आहे.''

तेव्हा येशू शांतपणे मार्थाला म्हणाले, ''ईश्वरावर विश्वास ठेव. तुझा भाऊ लजारस, पुन्हा जीवंत होईल.''

मार्थाने तिच्या बहिणीला, मेरीलाही येशूंच्या आगमनाची वार्ता दिली. आक्रोश करत आलेल्या मेरीने स्वतःला येशूंच्या पायी लोटून दिले. तिचे रडणे काही केल्या थांबतच नव्हते. मेरीला शांत करत येशूने विचारले, ''लजारसला कुठे दफन केलं आहे?'' येशूला लजारसची कबर दाखवली गेली. ती एक गुहा होती आणि एका दगडाने त्या गुहेचे

तोंड बंद केलेले होते. येशूने तो दगड बाजूला करायला सांगितले तेव्हा मार्था म्हणाली, ''पण प्रभू, लजारसला चार दिवसांपूर्वीच दफन केले होते. आता हा दगड हलवला तर सगळीकडे दुर्गंधी पसरेल.''

येशू म्हणाले, ''ईश्वरावर विश्वास ठेवा आणि त्याचा चमत्कार पाहा.'' मग कबरीवरचा दगड काढला गेला. तेव्हा आकाशाकडे पाहत येशू म्हणाले, ''हे परमपित्या, तू माझ्या बोलण्याकडे लक्ष दिलंस त्यासाठी मी तुझे आभार मानतो. तू माझं म्हणणं नेहमीच ऐकतोस, हे मला माहीत आहे. पण आता मी या सर्व लोकांसमोर पुन्हा बोलणार आहे, जेणेकरून तूच मला इथे पाठवलं आहेस यावर त्यांचा विश्वास बसेल.'' त्यानंतर येशूने मोठ्यांदा हाक मारली, ''लजारस बाहेर ये.'' त्याबरोबर तिथे असलेल्या सर्वांनाच एक चमत्कार दिसला. लजारस त्याच्या कबरीतून बाहेर येत होता. त्याच्या हातापायांवर कापड गुंडाळलेले होते आणि चेहराही कापडाने झाकलेला होता. येशू म्हणाले, ''त्याचे दफन करतानाचे कपडे उतरवा आणि त्याला घरी घेऊन जा.''

त्या घटनेने येशूने त्यांना विरोध करणाऱ्या यहुदींसह अन्य लोकांचाही विश्वास संपादन केला.

९. जन्मांधाला दिली दृष्टी

एकदा एका जन्मांध व्यक्तीला पाहून येशूंच्या शिष्यांनी त्यांना विचारले, ''प्रभू, हा माणूस जन्मांध आहे, तो त्याच्या स्वतःच्या पापांमुळे, की त्याच्या मातापित्यांच्या पापांमुळे?''

त्यावर येशू उत्तरले, 'यापैकी कोणतंही त्याच्या जन्मांधतेचं कारण नाही. खरं तर हे ईश्वराच्या कार्यासाठी असेल.'' असे म्हणून येशूने थोडी माती हातात घेतली आणि स्वतःच्या थुंकीने ती ओली केली. त्यांनी त्या ओल्या मातीचा लेप त्या माणसाच्या डोळ्यांवर लावला. काही वेळाने येशूने त्या माणसाला त्याचे डोळे जवळच्या तलावातील पाण्याने धुवायला सांगितले.

त्या माणसानेही येशूने सांगितल्याप्रमाणे केले आणि काय आश्चर्य! त्याने डोळे उघडले तेव्हा तो आनंदाने नाचायलाच लागला. कारण त्याला दृष्टी लाभली होती. त्या आनंदातच तो ओरडायला लागला, ''हे ईश्वरा, मला दिसायला लागलं आहे. त्यामुळे मला खूप आनंद झाला आहे. मी तुझा खूप खूप आभारी आहे.'' त्या अंध माणसाच्या शेजाऱ्यांसह अनेकांनी हा चमत्कार पाहिला. त्यांचा स्वतःच्या डोळ्यांवर विश्वासच बसत नव्हता. पण प्रत्यक्षात त्यांनी जे पाहिले ते सत्य होते, वास्तव होते.

१०. अशक्त, पंगू माणूस ३० वर्षांनी निरोगी झाला

एकदा यहुदींच्या एका समारंभासाठी येशू जेरूसलेमला गेले होते. तिथे एक पवित्र तलाव होता. त्या तलावात स्नान केल्यावर अंध, लंगडे, लकवा मारलेले आणि अन्य प्रकारचे अपंग लोक बरे होत असत. पण त्यासाठी त्या तलावातील पाणी तरंगित करून घुसळणे आवश्यक होते. तिथल्या अपंग लोकांमध्ये एक लंगडा माणूस होता. तो तीस वर्षे पाय बरे होण्याची वाट पाहत त्या तलावाच्या काठी एका चटईवर बसून राहिला होता. त्याचे कारण म्हणजे जेव्हा तलावातले पाणी घुसळून वर यायचे तेव्हा बाकीचे सर्व लोक धावतपळत तिथे पोहोचायचे आणि बरे होऊन परत जायचे. पण त्या लंगड्या माणसाला मात्र सगळे लोक धक्काबुक्की करत मागे ढकलत. त्यामुळे त्याला तलावापर्यंत पोहोचताच येत नसे. तो तलावाजवळ जाईपर्यंत त्यातील पाणी घुसळणे थांबलेले असे. आणि मग पुन्हा पाणी घुसळू लागेपर्यंत त्याला वाट पाहावी लागत असे.

येशूने त्या माणसाला पाहून त्याच्याजवळ जाऊन विचारले, "तुला निरोगी व्हायचं आहे का?" त्या माणसाने त्याचे दुःख येशूला सांगितले आणि म्हणाला, "निरोगी व्हावसं कोणाला वाटत नाही? मी गेली कित्येक वर्षं त्यासाठी प्रयत्न करत आहे. पण मला अजून त्यात यश लाभलेलं नाही."

येशू म्हणाले, "ठीक आहे. मग आता तुझी चटई गुंडाळ आणि चालायला सुरुवात कर." हे ऐकताच पूर्ण विश्वासाने त्या माणसाने चटई उचलली आणि चालायला सुरुवात केली. तिथे असलेल्या सर्व लोकांनी तो चमत्कार पाहिला. पण काही लोकांनी त्याला चटईसह तलावात जायला हरकत घेतली. तेव्हा तो माणूस म्हणाला, "ज्या माणसानं मला निरोगी केलं आहे त्याच्या आदेशानुसारच मी चटई घेऊन जात आहे."

लोकांनी विचारले, "तुला कोणी निरोगी केलं? इतक्या वर्षांत तू पहिल्यांदाच स्वतःच्या पायांवर उभा राहिलास कसा, आणि हा चमत्कार कोणी केला?" उत्तरादाखल जेव्हा त्या माणसाने इकडेतिकडे पाहिले तेव्हा खूप प्रयत्न करूनही त्याला येशू कुठेच दिसले नाहीत. येशूला शोधत अखेरीस तो माणूस एका मंदिरात जाऊन पोहोचला. तिथे त्याला येशू भेटले. त्यांनी त्या माणसाला समजावले, की "ईश्वरावर विश्वास ठेवल्यामुळे तू बरा झाला आहेस. म्हणून तू पापकर्मांपासून दूर राहा, नाहीतर तुला आणखी दुःखं भोगावी लागतील." मग तो माणूस मंदिरातून बाहेर आला. त्याने सर्व लोकांना सांगितले, की त्याला बरा करणारा माणूस अन्य कोणी नाही; तर ईश्वरपुत्र येशू आहे.

११. खरा चमत्कार म्हणजे हृदयपरिवर्तन

एका टॅक्स कलेक्टरने इतरांना फसवून खूप संपत्ती जमवली होती. तो बुटका होता. त्यामुळे जेव्हा येशू त्याच्या शहरात गेले तेव्हा जमलेल्या मोठ्या गर्दीतून तो येशूंचे दर्शन घेऊ शकला नाही. तेव्हा येशू ज्या रस्त्याने जाणार होते त्या रस्त्यावरच्या एका झाडावर तो आधीच चढून बसला. येशू त्या झाडाजवळ पोहोचले तेव्हा त्यांनी त्या टॅक्स कलेक्टरला पाहिले. त्यांनी त्याला खाली उतरायला सांगितले आणि म्हणाले, ''मला तुझ्या घरी घेऊन चल. आज मी तुझ्याबरोबर राहणार आहे.'' ते ऐकताच तिथले लोक आपापसांत कुजबुजू लागले. कारण तो टॅक्स कलेक्टर एक पापी माणूस आहे, हे सर्वांना माहीत होते. पण टॅक्स कलेक्टर मात्र येशूंची इच्छा ऐकून इतका आनंदित झाला, की तत्काळ येशूला म्हणाला, ''प्रभू, मी माझ्या संपत्तीचा अर्धा भाग आत्ताच्या आत्ता गरिबांना दान म्हणून देऊन टाकतो. एवढंच नव्हे, तर मी ज्यांना ज्यांना फसवून त्यांचे पैसे लुबाडले आहेत, त्यांना त्यांच्या पैशांच्या चौपट रक्कम देण्याचंही कबूल करतो.'' मग येशू त्याच्या घरी गेले आणि त्याला म्हणाले, ''तू हे घर आज खऱ्या अर्थाने मुक्त केलं आहेस. आज तू जी घोषणा केली आहेस, त्यामुळे हे घर आता एकदम पवित्र झालं आहे.'' अशा प्रकारे येशूंच्या केवळ दर्शनाने त्या टॅक्स कलेक्टरचे हृदयपरिवर्तन झाले.

■

खंड ३

येशूंची शिकवण, महावाक्य आणि प्रकाश

७

सन ऑफ मॅन-गॉड-वर्ल्ड

कोणत्याही महापुरुषाने किंवा संताने दिलेल्या शिकवणीचे तीन संदर्भ असतात : पहिला संदर्भ असतो, अध्यात्माच्या मार्गावर नवखे असलेल्यासाठी. दुसरा संदर्भ असतो, अध्यात्माची सुरुवात केलेल्या व्यक्तीसाठी आणि तिसरा संदर्भ असतो, अध्यात्मासंबंधी मोठे कार्य केलेल्या व्यक्तीसाठी.

तुम्ही जसजसे सर्वोच्च ज्ञान प्राप्त करू लागता तसतसा तुमचा आणि तुमच्या सेल्फचा (स्रोत, स्वानुभव, ईश्वर) ताळमेळ बसू लागतो. पण असे सर्वोच्च अनुभव शब्दांत व्यक्त करणे सोपे नसते. म्हणूनच येशूने ज्या सर्वोच्च अवस्थेत लोकांना शिकवण दिली, तिच्याविषयी कुठेही उल्लेख केलेला नाही. त्या काळचे लोक येशूंची अवस्था समजू शकले नाहीत, म्हणून येशूने दिलेले काही संदेश लोकांपर्यंत पोहोचण्याआधीच लुप्त झाले. येशूने ज्या मुख्य तीन अवस्थांमध्ये शिकवण दिली त्या अशा आहेत :

(१) सन ऑफ मॅन (२) सन ऑफ गॉड (३) सन ऑफ वर्ल्ड

या तीन अवस्थांमध्ये येशूने लोकांना जी शिकवण दिली, ती आता विस्तृतपणे समजून घेऊ या.

सन ऑफ मॅन

सन ऑफ मॅन झालेल्या येशूने लोकांना शिकवण देताना सांगितले, 'मी शरीर आहे,' या अवस्थेमध्ये सन हा शब्द मनोशरीरयंत्रासाठी (शरीरासाठी) वापरला गेला आहे.

आज असे किती लोक आहेत, जे इतिहास वाचताना सन ऑफ मॅन याचे भान ठेवून वाचतात? लोकांना येशूंचे केवळ जीवनचरित्र माहीत आहे, त्यांची शिकवण नाही. येशूने त्या काळच्या लोकांच्या गरजा आणि त्यांची समज लक्षात घेऊन त्यांना शिकवण दिली

होती. पण आज लोकांच्या गरजा खूप वेगळ्या आहेत. म्हणून या खंडात येशूंची शिकवण सोप्या पद्धतीने सांगण्याचा प्रयत्न केला आहे.

सन ऑफ मॅन म्हणजे 'मी शरीर आहे.' जर तुम्हांला कोणी विचारले, 'तुम्ही जेवलात का?' तर तुम्ही उत्तर द्याल, 'हो, मी जेवलो.' या संवादामध्ये तुमच्याशी बोलणारी व्यक्ती स्वतःला शरीर मानते आहे. लोकांना सहजतया समजणारा असा हा प्राथमिक स्तरावरचा संवाद आहे. अशाच प्रकारे त्या काळी येशू स्वतःला शरीर समजूनच लोकांशी संवाद साधत असत.

एका व्यक्तीने येशूला विचारले, "मला महाजीवन प्राप्त करून घेण्यासाठी काय करावं लागेल? तुम्ही उत्तम गुरू आहात. तेव्हा आपण मला मार्गदर्शन करावं." ते ऐकताच येशू म्हणाले, "मी उत्तम नाही. ईश्वराव्यतिरिक्त कोणीही उत्तम नाही. तू फक्त आज्ञेचं पालन कर. त्यामुळेच तुला महाजीवन प्राप्त होईल."

एकदा कोणीतरी येशूला विचारले होते, "तुम्ही ज्या मार्गावरून वाटचाल करत आहात त्याच मार्गावरून आम्हांलाही जायचं आहे. तेव्हा आपला मार्ग कोणता हे आम्हांला सांगावं." त्यावर येशू म्हणाले, "आय एम द वे. आय एम द लाईट. म्हणजे मी स्वतःच मार्ग आहे."

म्हणजेच दोन वेगवेगळ्या प्रसंगी येशूने दोन वेगळी उत्तरे दिली. मात्र, ही दोन्ही उत्तरे एकमेकांच्या अगदी विरुद्ध आहेत. पण ही उत्तरे ऐकून गोंधळून जाऊ नका. तर, हे जाणून घ्या, की येशूने ती उत्तरे कोणत्या अवस्थेत दिली होती आणि कोणाला (कोणती चेतना असलेल्या व्यक्तीला) दिली होती?

ईश्वराहून श्रेष्ठ कोणी नाही, ही शिकवण नवशिक्या व्यक्तीसाठी आहे. कारण नवशिक्या व्यक्तीकडे त्याचे स्वतःचे आत्मबल नसते. त्याची ऊर्जा मुक्त नसते. प्रभूचे राज्य म्हणजे काय, हेही त्याला माहीत नसते. असा माणूस जेव्हा गुरूला 'श्रेष्ठ गुरू' म्हणतो तेव्हा त्याला त्यांच्याकडून काही काम तर करून घ्यायचे नाही ना, याचे भान ठेवावे लागते.

म्हणून येशूने त्या नवशिक्या माणसाच्या बोलण्याला छेद देत सांगितले, "मी श्रेष्ठ नाही. तुला स्वर्गात राहणाऱ्या माझ्या पित्याच्या म्हणजेच ईश्वराच्या आज्ञेचं पालन करावं लागेल तेव्हाच महाजीवन प्राप्त होईल." जेव्हा त्याने विचारले, "ईश्वराच्या कोणत्या आज्ञेचं पालन करावं लागेल?" तेव्हा येशूने त्याला ईश्वराच्या मुख्य आज्ञेविषयी सांगितले. कारण, नुकतीच सुरुवात करणाऱ्या सत्यशोधकाने पहिली आज्ञा मानली

तर त्याला पुढच्या आज्ञांची गरजच भासणार नाही. कारण प्रेमभावनेतून इतर आज्ञा आपोआपच पूर्ण होऊ लागतात.

येशू त्या मनुष्याला म्हणाले, "सर्वात पहिली आज्ञा म्हणजे ईश्वरावर आपल्या प्राणांहूनही अधिक प्रेम कर. संपूर्ण बुद्धीनं, अगदी मनापासून आणि सर्व शक्ती एकवटून ईश्वरावर प्रेम कर." ही आज्ञा समजण्यासाठी माणसाने चेतनेच्या एका विशिष्ट स्तरावर असायला हवे. त्यासाठी ईश्वराला जे आवडेल तेच मला भावेल 'तुझी इच्छा तीच माझी इच्छा', अशी भावना असायला हवी. त्यातूनच प्रेमाची उंची गाठता येते.

येशूने लोकांना ही पहिली आज्ञा दिली. पण त्यांना ती समजली नाही. म्हणून त्यांनी लोकांना पुढील दुसरी आज्ञा दिली.

सन ऑफ गॉड

येशूने काही लोकांना सांगितले, 'मी ईश्वराचा पुत्र असून तुमच्यासाठी त्याचा संदेश घेऊन आलो आहे. मी तुम्हांला जे सांगतोय ते ईश्वरानं मला तुम्हांला सांगायला सांगितलं आहे.' त्या वेळी येशूंचे बोलणे ऐकणाऱ्या लोकांची चेतना उच्च स्तरावर नव्हती, म्हणून त्यांना असे बोलावे लागले.

ज्याच्या माध्यमातून प्रत्यक्ष ईश्वराचे दर्शन घेता येऊ शकते असा ईश्वरपुत्र म्हणजे येशू! मात्र त्यासाठी आपल्याला ग्रहणशील असायला हवे. समजा, तुम्ही खिडकी नसलेल्या खोलीत बंद आहात आणि तुम्हांला सांगितले, 'बाहेर पाहा.' तर तुम्ही म्हणाल, 'बाहेर कसं पाहणार? त्यासाठी एखादी खिडकी नको का?' सन ऑफ गॉड किंवा ईश्वरपुत्र म्हणजे अशीच एक खिडकी आहे. त्याच्या माध्यमातून खोलीबाहेरची फुललेली बाग (प्रभूचे राज्य) कशी आहे, हे तुम्ही पाहू शकता. त्या काळच्या लोकांसाठी येशू अशीच एक खिडकी बनले होते. लोक त्यांच्या माध्यमातून ईश्वराचे दर्शन घेऊ शकत होते.

अधिकतर लोक हे खिडकीच्या बाहेर बघण्याऐवजी आपल्या चौकटीमध्ये म्हणजे शरीरातच अडकून पडलेले असतात. पण आता तुम्हांला शरीरापलीकडे जाऊन पाहायचे आहे आणि तुम्ही पाहू शकाल अशी एक खिडकी तुमच्या जीवनात असणे आवश्यक आहे. खरे तर दैनंदिन जीवनात जे लोक तुम्हांला भेटतात, त्यांनी तुमच्यासाठी अशा खिडकीचे काम करायला हवे. पण तसे होत नाही. कारण ते लोक स्वत:च बंद असतात. त्यामुळे त्यांच्या माध्यमातून तुम्ही ईश्वराचे दर्शन घेऊ शकत नाही. इथेच गुरूची भूमिका महत्त्वाची ठरते. कारण गुरू हीच तुमची खिडकी असते. तुम्ही या गुरुरूपी खिडकीतून

आरपार पाहिले तर तुम्हांला स्वदर्शन होऊ शकते. त्यासाठी इतके समर्पित व्हायला हवे, की ईश्वरासमोर बसावे आणि काहीच करू नये; जेणेकरून आपल्याला ईश्वराचे, स्वत:चे शुद्ध, स्पष्ट दर्शन व्हावे. याचाच अर्थ, ते ईश्वराचे मूल अथवा दर्पण बनले.

ही अशी भक्ती आहे, ज्यात तुम्ही 'काही नाही' बनता आणि दर्शन करणारा स्वदर्शन करू लागतो. यालाच 'समाधी अवस्था' म्हटले गेले आहे. जेव्हा तुम्ही ध्यानासाठी बसता तेव्हा खरे तर तुम्ही भक्तीच करत असता. पण त्या वेळी आपण भक्ती करत आहोत याची तुम्हांला खातरी नसते. जेव्हा तुम्ही 'कोणीही नाही' अर्थात समाधी अवस्थेत जाता तेव्हा तुमच्या आत सेल्फचा म्हणजे तुम्ही स्वत:चा अनुभव घेत असता. अशा वेळी तुम्ही चेकरला म्हणजे आपल्या मनाला मध्ये आणायचे नसते. कारण चेकर येताच आरसा धूसर होतो. जो चेकरशिवाय (तुलना करणारे मन) ध्यानस्थ होऊ शकतो तोच सन ऑफ गॉड असतो.

सन ऑफ गॉड म्हणजे सेल्फ बनून सेल्फशी संवाद साधणे. वास्तविक जो माणूस उच्च ज्ञान ग्रहण करण्यासाठी आधीपासून तयार असतो, त्याला येशूंची ओळख पटते. पण जो तयार नसतो तो येशूला ओळखू शकत नाही.

सन ऑफ वर्ल्ड

इथे 'सन'चा अर्थ आहे सूर्य किंवा प्रकाश. येशूने सांगितले होते, 'आय एम द वे. आय एम द लाईट.' तुम्ही जर येशूंची शिकवण लक्षपूर्वक वाचली, तर त्याचा या विश्वावर किती सखोल परिणाम होऊ शकतो हे तुमच्या लक्षात येईल. सन ऑफ वर्ल्ड म्हणजे ज्याने क्रॉसलाही क्रॉस केले आहे, असा निराकार येशू. चेतनेचा असा उच्च स्तर समजून घेण्यासाठी आपल्या चेतनेलाही सर्वोच्च स्तरावर नेणे आवश्यक असते.

कदाचित येशूंची ही अवस्था लोक सहजपणे समजून घेऊ शकणार नाहीत. पण येशूने दिलेले सर्वोच्च ज्ञान काही उदाहरणांद्वारे लोकांना समजावले गेले तर ग्रहणशील व्यक्ती त्यातील संदेशांनुसार कार्यारंभ करतील.

येशूंच्या शिकवणीचे मनन कसे करावे ?

येशूंचे जीवनचरित्र समजून घेऊन आपल्या जीवनात काय चालले आहे, आणि जीवनातल्या घटनांना आपण कसा प्रतिसाद देत आहोत, यावर मनन करायला हवे.

अशा प्रकारे मनन केल्यावर येशू हेच सांगतील, की आधी कमीत कमी पहिल्या आज्ञेचे पालन करा. जर ती समजली नाही तर दुसऱ्या आज्ञेचे पालन करा आणि तीसुद्धा समजली नाही, तर निदान अविचारी (बेहोश जीवन) जुगार खेळणे, चोरी करणे, मद्य

प्राशन करणे, खोटी साक्ष देणे, आणि इतरांची निंदा करणे असे चेतनेचा स्तर खालावणारे कोणतेही कार्य करू नका.

एखाद्या व्यक्तीच्या अनुपस्थितीत जेव्हा तिच्याविषयी मत व्यक्त केले जाते तेव्हा खरे तर तिथे कोणत्या विषयावर चर्चा चालली आहे, हेदेखील तुम्हांला माहीत नसते आणि तरीही तुम्ही बोलत असता. मग ही गोष्ट खोटी साक्ष देण्यासारखीच नव्हे का? कारण तिथे तुम्ही कुठल्यातरी गोष्टीची साक्ष देत असता; पण सत्य काय हेच तुम्हांला माहीत नसते. त्यामुळे माणसाचा चेतनेचा स्तर खालावतो. म्हणूनच सर्व संतांनी आणि प्रेषितांनी माणसाला त्याची कर्मे सुधारायचे संदेश दिलेले आहेत. माणसाच्या बुद्धीवर अज्ञानाचा मळ साठू नये आणि त्याच्या हृदयात ईश्वराप्रति प्रेम आणि आस्था वृद्धिंगत होत राहावी, हाच त्यामागचा उद्देश असतो.

माणसामध्ये जेव्हा सर्वोच्च स्तरावर जाण्यासाठी आवश्यक असलेली स्पष्टता आणि भक्ती येते तेव्हाच त्याला अशा सर्वोच्च मार्गदर्शनाचा लाभ घेता येतो.

येशूने त्या काळच्या लोकांना सांगितले होते, 'प्रभूच्या राज्यात लहान मुलांना प्रवेश मिळेल आणि ज्यांनी मला खायला घातले त्यांनाही प्रभूच्या राज्यात जाता येईल.' काही लोकांना याचा अर्थ समजला नाही म्हणून त्यांनी येशूला विचारले, "आम्ही तुम्हांला कधी खायला दिलं?" तेव्हा त्यांना समजावताना येशू म्हणाले, "जर तुम्ही एखाद्या भुकेल्या मनुष्याला खायला दिलं असेल तर ते मला पोहोचलं, असं समजा." हे सर्व बोलताना खरे तर येशू फादरच्या म्हणजे परमपिता परमेश्वराच्या वतीने बोलत होते. पण त्यांनी थेट पित्याच्या रूपात संवाद साधला नाही. कारण त्यामुळे लोक संभ्रमित होतील, हे त्यांना माहीत होते.

पुढे येशू असेही म्हणाले, 'जो ख्रिस्तावर विश्वास ठेवेल, तो प्रभूच्या राज्यात जाईल. याचाच अर्थ, जो स्वतःच्या अनुभवात स्थिर आहे तो प्रभूच्या राज्यात जाईल. येशू हाच खरे तर एक अनुभव आहे. मी शरीर नाही, यावर जो विश्वास ठेवेल तो मुक्त होईल.' जे लोक अनुभवावर विश्वास ठेवू शकत नाहीत, त्यांच्यासाठी येशूने सांगितले, 'दे विल पेरीश', म्हणजे ते लोक दुःख भोगतील. जे लोक स्वतःला शरीर समजून जगत आहेत, ते मरेपर्यंत एकाच गोष्टीचा विचार करून दुःखी होत असतात. मी मरत आहे आणि माझ्या मागे माझ्या परिवाराचे काय होईल? म्हणूनच असे सांगितले गेले आहे, की शरीरात अडकून न पडता स्वानुभव घ्या, त्याचा आनंद घ्या. ही एक गोष्ट जर तुम्हांला समजली तर मग ख्रिस्त कुणाला म्हटले गेले आहे, क्रॉसवर कोण गेले, आणि क्रॉसला क्रॉस करून (पार) कोण गेले, अशी सर्व शिकवण तुम्हांला समजू शकेल.

अशा प्रकारे सन ऑफ मॅन, सन ऑफ गॉड आणि सन ऑफ वर्ल्ड अशा तीन वेगवेगळ्या स्तरांवरून येशूंची शिकवण तुमच्यासमोर प्रस्तुत केली आहे. बुद्धिमान, समजूतदार लोकांना संकेत मिळावा आणि ज्यांचे कान तीक्ष्ण (सत्यासाठी आसुसलेले) आहेत त्यांना श्रवण करता यावे म्हणून येशूने वेगवेगळ्या पद्धतीने संकेत दिले.

येशूंचे सर्व संकेत जर याच दृष्टिकोणातून जाणून घेतले तर त्यांना मानणारे सर्व अनुयायी मुक्त होतील. जे विश्वास ठेवणार नाहीत ते तसेच राहतील. त्यांच्यात काहीही बदल होणार नाही. जर तुम्हांलाही मुक्तीचा आनंद मिळवायचा असेल तर या खंडात दिलेले येशूंचे सर्व मार्गदर्शन तुम्ही तुमच्या जीवनात अवलंबायला हवे.

■

८

मृत्यूविषयी समज

येशूने त्या काळच्या लोकांना त्यांच्या कुवतीनुसार ज्ञान दिले. लोकांनाही येशूंची ज्ञानदान करण्याची पद्धत आवडू लागली होती. म्हणून कित्येक लोक त्यांचे अनुयायी झाले आणि त्यांनी दिलेले संदेश समजून घेऊन त्यांचे पालन करू लागले.

एकदा येशू प्रवचन देत होते. तेव्हा त्यांच्या एका अनुयायाचा मित्र तिथे आला आणि त्या अनुयायाचा एक नातेवाईक मरण पावल्याची बातमी त्याने दिली. ते ऐकताच तो अनुयायी येशूला म्हणाला, ''मी माझ्या मृत नातेवाइकाच्या दफनविधीसाठी गावी जात आहे. तिथून परत आलो की तुमच्याबरोबर येईन.'' तेव्हा येशू त्याला म्हणाले, ''त्या प्रेतासाठी कर्मकांड करण्याकरिता त्या गावात अनेक शव आहेत.''

सामान्य माणसाने असे काही ऐकले तर त्याला हे शब्द चांगले वाटणार नाहीत. एखाद्याचा नातेवाईक वारला तर त्याला त्याच्या अंत्यविधीसाठी जाऊ न देणे हे काही योग्य नाही. खरे तर कथेच्या माध्यमातून जे सांगायचे असते ते संक्षिप्त रूपात सांगितले जाते. प्रत्येक कथेप्रमाणे या कथेलाही एक शेवट आहे. येशूने त्यांच्या अनुयायाला गावी जाण्याची परवानगी दिली की नाही, ही गोष्ट वेगळी. पण त्या शिष्याने येशूंच्या बोलण्याचा अर्थ समजून घेऊन आपणहून गावी जायला नकार दिला.

खरे तर येशूला असे म्हणायचे होते, 'आता कुठे तू खऱ्या अर्थानं जीवंत होऊ लागला आहेस. त्यामुळे आता तू कर्मकांडांची चिंता करू नकोस.' त्यांच्या बोलण्याचा सारांश असा होता, जीवन कसे जगावे हे अजून लोकांना कळलेलेच नाही. त्यामुळे गावातले जीवंत लोक– जे प्रेतासारखे वावरत आहेत, तेच त्याच्या नातेवाइकाचा अंत्यविधीही करतील.

मग आता प्रश्न असा आहे, येशूने त्याला गावी जायची परवानगी दिली की नाही?

तर, हो. येशूने त्याला जाऊ दिले; पण पाठवण्यापूर्वी त्याला मृत्यूविषयीची समज प्रदान केली. त्या माणसाला त्याच्या नातेवाइकाचा दफनविधी करताना येशूंचे शब्द नक्कीच आठवले असतील. परिणामी, अंत्यविधी करताना भावनांच्या भरात तो दुःखी झाला नाही. कारण तो तेव्हा प्रभूच्या राज्यात बसून अंत्यविधीकडे पाहत होता. त्याने पाहिले, जे शरीर दफन केले जात होते, ते स्वतःहून हालचाल करू शकत नव्हते. जरा विचार करा, तो माणूस येशूंच्या संपर्कात आला नसता तर दफनविधीच्या वेळी त्याने किती आक्रोश केला असता!

प्रत्येक माणूस आयुष्यात आईवडील, बहीण, भाऊ, मित्र, नातेवाईक अशा अनेकांचे मृत्यू पाहत असतो. त्या सर्वांच्या अंत्यविधीमध्ये सामील होताना तो दुःखी होत असतो. पण, जर त्याला येशूने सांगितलेले मृत्यूविषयीचे सत्य आठवले तर मृत्यूकडे बघण्याचा त्याचा दृष्टिकोण नक्कीच बदलेल.

त्या घटनेनंतर येशूने त्यांच्या सर्व शिष्यांमधून बारा विश्‍वसनीय शिष्य निवडले. ते बारा शिष्य, त्या काळच्या युनानी, यहुदी, रोमन, फारसी अशा बारा समुदायांचे प्रतिनिधी होते. येशूला त्या प्रत्येक समुदायातून एकेक विश्‍वसनीय अनुयायी मिळाला होता. येशूने त्यांच्यातल्या दोघादोघांचे गट करून त्यांना धर्मप्रचारासाठी दाही दिशांना पाठवले होते. ते लोक वेगवेगळ्या ठिकाणी जाऊन तिथल्या लोकांना आपण केलेल्या पापांचे प्रायश्चित्त कसे घ्यावे, हे समजावून सांगू लागले. दुष्ट शक्तींनी पीडित असलेल्या सामान्य जनांना मुक्ती देऊ लागले आणि व्याधिग्रस्त लोकांना निरोगी करू लागले.

येशूंची कीर्ती आता चहुदिशांना पसरू लागली होती. एक दिवस ऑलिव्ह पर्वत उतरून ते आपल्या बारा शिष्यांबरोबर जेरूसलेमला पोहोचले. त्या वेळी त्यांनी प्रथमच त्यांच्या शिष्यांना स्वतःच्या मृत्यूविषयीचा संकेत दिला आणि म्हणाले, "जेरूसलेममध्येच ईश्‍वराच्या पुत्राला तिथल्या प्रमुख राज्यकर्त्यांच्या आणि यहुदी धर्मशास्त्र्यांच्या हाती सोपवले जाईल. ते त्याला मृत्युदंडाची शिक्षा ठोठावतील. मग त्याची विटंबना करून त्याला चाबकाचे फटके मारतील. अखेरीस ते ईश्‍वरपुत्राला सुळावर चढवतील. पण त्यानंतर तिसऱ्याच दिवशी ईश्‍वरपुत्र पुन्हा जीवंत होईल."

येशूने केलेली ही भविष्यवाणी ऐकल्यावर भावुक झालेला पीटर नावाचा त्यांचा शिष्य म्हणाला, "हे प्रभू, ईश्‍वर करो अन् तुमच्या बाबतीत असं कधीही न घडो." तेव्हा त्याला समजावताना येशूने त्याला ईश्‍वरावर विश्‍वास ठेवायला सांगितले.

आपण नेहमी प्रभूच्या राज्यातच राहणार आहोत हे येशूंना माहीत होते. म्हणूनच ते असे बोलू शकले.

■

९

क्रांतिकारी येशू

आपल्या बारा शिष्यांना घेऊन येशू जेव्हा जेरूसलेमच्या जत्रेत गेले तेव्हा त्यांनी तिथे मोठी क्रांती घडवून आणली. त्या वेळी तिथल्या मंदिरांमध्ये काही रबी लोक टेबल मांडून बसले होते. त्या टेबलाच्या खालून पैशांची देवाणघेवाण होत होती, कबुतरे विकली जात होती. येशूने ते सर्व टेबल उलटे करून फेकून दिले आणि म्हणाले, ''हे काय चाललंय इथे? तुम्ही तर मंदिरांना डाकूंचं घर केलं आहे. मंदिर हे प्रत्येक जातिधर्माच्या लोकांसाठी असायला हवं. सर्वांना इथे प्रवेश मिळायला हवा; पण तुम्ही तर त्याला डाकूंचा अड्डा करून टाकला आहे.'' इतक्या स्पष्ट आणि सरळ शब्दांमध्ये त्यांनी तिथल्या लोकांची कानउघाडणी केली. म्हणूनच त्यांना क्रांतिकारी येशू म्हटले जाते.

त्या वेळी रबी लोकांच्या आर्थिक हितसंबंधांविषयी विवाद उत्पन्न झाले. येशूंचे म्हणणे योग्य आहे, हे माहीत असूनही रबी लोक त्यांना पीडा देत होते. त्यांची लालसा संपतच नव्हती. अगदी सहज होणारी कमाई बंद होईल या भीतीने त्यांनी तिथल्या राज्यकर्त्यांकडे येशूंची तक्रार केली.

येशूंच्या या कृतीमुळे यहुदी लोकही खूप नाराज झाले. येशूला असे करण्याचा अधिकार कुणी दिला, असा प्रश्न त्यांनी उपस्थित केला. येशूकडे असे काही अधिकार असतील तर ते सिद्ध करण्यासाठी त्यांनी काहीतरी चमत्कार करून दाखवावा, असे आव्हान त्यांनी येशूला दिले.

त्यावर येशू म्हणाले, ''ठीक आहे. मग असं करा, हे मंदिर पाडून टाका. मी तीन दिवसांत ते पुन्हा आधीसारखं करून दाखवेन.'' त्यावर उपहासाने हसत यहुदी म्हणाले, ''येशू, जे मंदिर बांधायला ४६ वर्षं लागली, ते काम तू फक्त तीन दिवसांत कसं काय करणार?'' पण, येशूंच्या बोलण्याचा खरा अर्थ त्या यहुदींच्या बुद्धीपलीकडचा होता.

येशूंच्या अनेक शिष्यांनाही त्यांच्या बोलण्याचा खरा अर्थ समजला नाही. त्या वेळी येशू स्वत:च्या शरीराला मंदिर म्हणाले होते. ते जे बोलले त्याचा खरा अर्थ असा होता, की मंदिर म्हणजे त्यांचे शरीर उद्ध्वस्त केले गेले तरी त्यानंतर तीन दिवसांनी ते पुन्हा आधीसारखेच उठून उभे राहतील. पुढे जेव्हा येशूला सुळावर चढवले गेले, आणि तीन दिवसांनी त्यांचे पुनरुत्थान झाले तेव्हा त्यांच्या मंदिराविषयी बोलण्याचा खरा अर्थ त्यांच्या शिष्यांना समजला.

त्या घटनेनंतर येशूला यहुदींचा विरोध सहन करावा लागला. पण तरीही येशूने जनजागृतीचे कार्य चालूच ठेवले. विविध कथा आणि चमत्कार यांच्या माध्यमातून ते सातत्याने लोकांमध्ये चेतना जागवण्याचा प्रयत्न करतच राहिले.

येशूने गरीब लोकांसाठी त्यांना समजतील अशा अगदी सामान्य कथांच्या माध्यमातून उच्च शिकवण दिली होती. त्यात, शेतात काम करणाऱ्या शेतकऱ्याची, मासेमारी करणाऱ्या कोळ्याची, महिलेची, मालकाची किंवा नोकराची अशी एखादी कथा असे. त्या कथांमध्ये आजही लोकांची चेतना जागृत करण्याची ताकद आहे. पुढच्या प्रकरणामध्ये अशाच काही कथा दिलेल्या आहेत. त्या वाचल्यावर तुमचीही चेतना निश्चितच वाढेल.

■

१०

विविध घटनांच्या माध्यमातून दिलेली शिकवण

१. चरित्रहीन महिलेला मिळाली पापमुक्ती

एकदा पारशी सायमनच्या आमंत्रणावरून येशू त्याच्या घरी रात्रीच्या भोजनासाठी गेले. तिथे पापी जीवन जगणाऱ्या एका महिलेला येशू आल्याची बातमी समजली. येशू त्या पारशी यजमानांच्या घरी पोहोचताच ती महिला अत्तराचे पात्र घेऊन येशूंच्या मागे उभी राहिली. येशूने आसन ग्रहण करताच त्यांच्या चरणी मस्तक ठेवून रडू लागली. तिच्या नेत्रांतून झरणाऱ्या अश्रूंनी तिचे गाल आणि येशूंचे पाय चिंब झाले. थोड्या वेळाने ती महिला शांत झाली. तिने तिच्या केसांनी येशूंचे पाय पुसून काढले. मग येशूंच्या पायांचे चुंबन घेऊन तिने त्यांच्या पायांना अत्तर लावले.

येशूला आमंत्रित करणाऱ्या पारशी माणसाच्या मनात आले, हे सज्जन तर पैगंबर आहेत. त्यामुळे त्यांच्या चरणांना स्पर्श करणारी महिला पापिणी आहे, हे त्यांना समजले पाहिजे.

आपल्या यजमानाला काहीतरी खटकते आहे हे येशूला जाणवले. ते त्याला म्हणाले, ''सायमन, मला तुला काही सांगायचं आहे.'' सायमन म्हणाला, ''बोला गुरुदेव, काय सांगायचं आहे?'' येशू म्हणाले, ''मी तुला एक कथा सांगतो. त्यातून तुला सर्व काही समजेल.''

> एका व्यक्तीने दोन गरजू माणसांना कर्ज दिले होते. पहिल्याने पाचशे मुद्रा घेतल्या आणि दुसऱ्याने फक्त पन्नास मुद्रा घेतल्या. दोघांनीही ते कर्ज परत फेडायचे होते. पण त्यांना ते कर्ज फेडणे अशक्य झाले. कर्जदाराने त्यांची परिस्थिती लक्षात घेऊन त्यांचे कर्ज माफ केले.

“सायमन, आता तू मला सांग, त्या दोघांपैकी कर्जदाराविषयी कृतज्ञ कोण असेल?”

सायमन म्हणाला, “ज्यानं पाचशे मुद्रांचं कर्ज घेतलं होतं तोच जास्त आभारी असणार.”

येशू म्हणाले, “अगदी योग्य बोललास, सायमन. आता बघ, ही महिला पापी जीवन जगत होती. पण आता तिला पश्चात्ताप झाल्याने ती तिचे गुन्हे माफ करून घ्यायला इथे आली आणि तिच्या अश्रूंनी माझे पाय भिजवले. तू तर मला पाय धुवायला पाणीसुद्धा दिलं नाहीस. तिनं तिच्या केसांनी माझे पाय पुसले. वारंवार त्यांचं चुंबन घेतलं. पण तू तर माझ्या प्रति आदर प्रदर्शित करण्यासाठी माझ्या पायांचं चुंबनदेखील घेतलं नाहीस. तू माझ्या माथ्यावर तेलही घातलं नाहीस. पण त्या महिलेनं मात्र माझे पाय अत्तरानं माखले. त्यामुळे सायमन, तिनं क्षमा प्राप्त करून घेतलेली आहे.”

मग येशू त्या महिलेला म्हणाले, “तुझ्या पापांचं प्रायश्चित पूर्ण झालं आहे. तुला त्यांनी क्षमा केली आहे. तुला तुझ्या विश्वासानंच तारलं आहे. आता तू शांतपणे परत जा.”

येशूंचे तत्त्व : जो प्रभूवर विश्वास ठेवेल, त्याला शांती लाभेल.

२. चतुर आणि मूर्ख घरनिर्माता

आतापर्यंत येशूला अनेक अनुयायी लाभले होते. ते सर्व त्यांना प्रभू (लॉर्ड) म्हणत असत. एकदा धर्मोपदेश देत असताना येशू म्हणाले, ‘तुम्ही लोक मला प्रभू (लॉर्ड) म्हणता, पण मी जे शिकवतो त्याचा सराव मात्र करत नाही. You do not practice what I teach. लक्षात घ्या, जो माझ्या शिकवणीचा सराव करतो तो चतुर व्यक्तीसारखा होईल. जो खोल पाया खोदून पहाडावर घर बांधतो, अशा घराचं मुसळधार पावसातदेखील काहीही नुकसान होत नाही. कारण त्याचा पाया खोल आणि पक्का असतो. पण जो माझे उपदेश ऐकूनही त्यानुसार वागत नाही, तो अशा मूर्ख माणसासारखा आहे जो कच्च्या जमिनीवर पाया न खोदताच घर बांधतो. त्याचा परिणाम काय होईल, हे तुम्ही जाणताच. जोराचा पाऊस आला किंवा जोरदार वारा सुटला तरी ते घर जमीनदोस्त होऊन जाईल. कारण पावसाचा मारा आणि वाऱ्याचा जोर सहन करण्याची ताकद त्या घरात नसेल.’

अशा प्रकारे छोट्या-छोट्या कथांमधून लोकांना शिकवण देऊन धर्म समजावण्याचा सफल प्रयत्न येशूने केला.

३. लोकांनी कष्टाळू व्हावे, निष्ठावान बनावे

एकदा येशूने धर्मोपदेश देताना एक माणूस आणि त्याच्या तीन नोकरांची निष्ठेविषयीची कथा सांगितली.

एक श्रीमंत माणूस यात्रेला निघाला होता. आपल्या मागे सारे नीट चालावे म्हणून त्याने त्याच्या सगळ्या संपत्तीची देखभाल करण्याची जबाबदारी त्याच्या तीन नोकरांवर सोपवली. निघताना त्याने पहिल्या नोकराला पाच हजार मुद्रा, दुसऱ्या नोकराला दोन हजार मुद्रा आणि तिसऱ्या नोकराला एक हजार मुद्रा दिल्या.

पहिल्या नोकराने त्या मुद्रांचा सदुपयोग करून त्या दुप्पट केल्या. दुसऱ्या नोकरानेही दोन हजार मुद्रा गुंतवल्या आणि त्याच्या चार हजार मुद्रा केल्या. पण, तिसऱ्या नोकराने मात्र एक खड्डा खणून त्याच्या एक हजार मुद्रा त्या खड्ड्यात पुरून ठेवल्या.

काही दिवसांनी तो श्रीमंत माणूस यात्रेहून परत आला आणि नोकरांना दिलेल्या पैशांचा हिशेब मागू लागला. पहिल्या नोकराने अतिशय स्वाभिमानाने सांगितले, की त्याला दिलेल्या पाच हजार मुद्रा योग्य कामात खर्च करून त्याने त्यातून दहा हजार मुद्रा कमावल्या आहेत. दुसऱ्या नोकरानेही दुप्पट केलेल्या मुद्रांचा हिशेब दिला. तेव्हा आनंदित झालेला मालक म्हणाला, ''मला खूप आनंद झाला आहे. तुम्ही सर्व माझ्या विश्वासास पात्र ठरला आहात. आता तुमच्यावर कोणत्याही प्रकारची जबाबदारी सोपवायला काहीच हरकत नाही.'' तिसऱ्या नोकराला हिशेब मागितल्यावर तो म्हणाला, ''मालक, तुमच्या सामर्थ्यावर माझा विश्वास आहे. जे पेराल ते उगवून आणण्याची क्षमता तर तुमच्यात आहेच; पण जिथे काही पेरलेलं नसेल तिथूनही पीक घेण्याची शक्ती तुमच्यात आहे. म्हणूनच तुम्ही दिलेल्या मुद्रा मी सुरक्षित जागी ठेवल्या होत्या. तुम्ही जाताना मला दिलेल्या याच त्या मुद्रा आहेत.'' त्याचे हे उत्तर ऐकून मालक अतिशय चिडला आणि म्हणाला, ''आळशी माणसा! मी काय-काय करू शकतो याचा विचार तू केलास; पण तू या मुद्रांचं काय करू शकतोस याचा विचार करायला तुला वेळ मिळाला नाही? कमीत कमी या मुद्रा बँकेत ठेवून त्याच्यावर थोडंफार व्याज तरी मि ळवलं असतंस.'' मालकाने त्याच्याकडून त्या हजार मुद्रा परत घेतल्या आणि म्हणाला, ''ज्या लोकांना काम करण्याची इच्छा आहे त्यांना आणखी दिलं जाईल आणि ज्यांना काम करण्याची इच्छा नाही त्यांचं जे काही आहे तेसुद्धा परत घेतलं जाईल.'' अशा प्रकारे मालकाने तिसऱ्या नोकराकडून हजार मुद्रा परत घेतल्या आणि त्या पहिल्या नोकराला दिल्या.

येशूंचे तत्त्व : ज्याच्याकडे आहे त्याला आणखी दिले जाईल आणि ज्याच्याकडे नाही त्याच्याकडून परत घेतले जाईल. (पृष्ठ क्र. ६९ वर सातव्या महावाक्याच्या रूपात हे तत्त्व विस्ताराने समजून घेता येईल.)

४. व्यभिचार- दुर्वर्तनासाठी दंड

अशा प्रकारे येशू भ्रमण करत लोकांना मार्गदर्शन देत राहिले आणि ईश्वरावरचा त्यांचा विश्वास वाढवत राहिले. पण त्यांची वाढती लोकप्रियता सहन न झाल्याने काही लोक त्यांच्या मागे त्यांच्या विरोधात बोलू लागले. प्रत्यक्षात मात्र ते येशूंना पैगंबरच समजत होते. अशाच एका घटनेविषयी पुढे सांगितले आहे.

एकदा सूर्योदयापूर्वीच येशू ऑलिव्ह पर्वत उतरून आले. मंदिराच्या प्रांगणामध्ये अनेक लोक त्यांचे प्रवचन ऐकण्यासाठी जमले होते. येशू प्रवचनाला आरंभ करणार इतक्यात काही कायदेपंडित आणि काही पारशी लोक एका महिलेला घेऊन त्यांच्यासमोर आले. ते येशूला म्हणाले, ''गुरुदेव, या महिलेवर व्यभिचाराचा आरोप आहे. ही महिला आपल्या समाजातील पुरुषांना भ्रष्ट करत आहे आणि तसे करताना ती पकडली गेली आहे. तेव्हा संत मोजेसच्या नियमांप्रमाणे हिला दगडांनी ठेचून ठार मारले पाहिजे. गुरुदेव, यावर आपलं काय म्हणणं आहे?''

खरे तर ते लोक अशी बिकट परिस्थिती निर्माण करून येशूला त्यात अडकवू पाहत होते. येशूने त्या महिलेला माफ केले असते तर येशूंवर चुकीचा न्याय दिल्याचा आरोप केला गेला असता. कारण समाजामध्ये व्यभिचाराला कदापि थारा नव्हता. पण, जर येशूने त्या महिलेला झालेली शिक्षा अमलात आणायला सांगितले असते तर तिला दगडांनी ठेचून ठार मारण्याच्या निर्दयी प्रथेला अनुमती दिल्याचा ठपका त्यांच्यावर ठेवला गेला असता.

निर्णय देण्याऐवजी येशू जमिनीवर काहीतरी लिहू लागले. ते बघून आपण येशूला चांगलेच अडकवले आहे असा विश्वास कायदेपंडितांना आणि पारशी लोकांना वाटू लागला. ते ओरडून विचारू लागले, ''येशू, तुम्ही गप्प का? आम्ही तुमच्या निर्णयाची वाट पाहत आहोत.''

येशू ताठ उभे राहून म्हणाले, ''होय, मीसुद्धा मोजेसच्या नियमाशी सहमत आहे. या महिलेला दगडांनी ठेचून मारून टाका. पण एक अट आहे, ज्यानं आपल्या आयुष्यात कधीच एकही पाप केलेलं नाही अशाच व्यक्तीनं तिला पहिला दगड मारायचा आहे.'' इतके बोलून ते पुन्हा वाकून जमिनीवर काही लिहू लागले.

येशूंचा निर्णय ऐकताच गर्दी ओसरू लागली. सगळे लोक निघून गेले. अखेरीस

तिथे येशू आणि ती महिला असे दोघेच जण उरले. येशू ताठ बसले आणि प्रश्नार्थक नजरेने त्या महिलेकडे पाहू लागले. अखेरीस त्यांनी विचारले, ''तुला कोणी दगड मारला का?'' महिलेने उत्तर दिले, ''नाही प्रभू, कोणीच मला दगड मारला नाही.'' येशू म्हणाले, ''मीसुद्धा तुला दोषी मानून तुझ्यावर टीका करणार नाही. आता तू जा आणि पापमय जीवनाचा त्याग करून शांतिपूर्ण जीवन जगायला सुरुवात कर.''

येशूंचे तत्त्व : स्वतः निर्दोष असल्याशिवाय इतरांचे दोष बघू नका.

५. सुईच्या नेढ्यातून उंटाला नेणे शक्य आहे, पण...

एकदा धर्मोपदेश देण्याच्या उद्देशाने येशू विविध स्थळांची यात्रा करत होते. त्या वेळी एक माणूस धावत आला आणि येशूंच्या पायांवर लोटांगण घालून म्हणाला, ''गुरुदेव, मला अनंत जीवन मिळवण्याची इच्छा असेल तर त्यासाठी तुम्ही मला काय सल्ला द्याल?''

त्यावर येशू म्हणाले, ''तुला अनंत जीवन मिळवायचं असेल तर ईश्वरानं दिलेल्या आणि संत मोजेसनं ज्यांचं पालन करायला सांगितलं आहे त्या दहा कमांडमेंट्सचं नेहमीच पालन केलं पाहिजे. जसं, कोणाची हत्या करू नये, कधीही दुर्व्यवहार, व्यभिचार करू नये, चोरी करू नये, खोटी साक्ष देऊ नये, कोणालाही फसवू नये, आपल्या आईवडिलांचा आदर ठेवावा, अशा दहा कमांडमेंट्सचं पालन करत राहा.''

तो माणूस म्हणाला, ''मला समजायला लागल्यापासूनच मी या सर्व कमांडमेंट्सचं पालन करतो.''

तेव्हा प्रेमभरल्या नजरेने त्याच्याकडे पाहत येशू म्हणाले, ''पण तुझ्यात एका गोष्टीची कमतरता आहे. जर मी तुला सांगितलं, की आताच्या आता तुझी सगळी इस्टेट विकून टाक आणि ती रक्कम गोरगरिबांना दान कर. शिवाय, आश्वासन दिलं, की तुझी संपत्ती स्वर्गात सुरक्षित असून ती फक्त तुलाच मिळणार आहे, तर तू काय करशील?'' तो तरुण त्याच्याकडे असलेली संपत्ती देऊन टाकायला तयार झाला नाही. नुसत्या कल्पनेनेच त्याचा चेहरा पडला.

मग येशू त्यांच्या शिष्यांकडे बघून म्हणाले, ''बघा, श्रीमंत व्यक्तीसाठी ईश्वराच्या राज्यात प्रवेश करणं किती कठीण असतं ते! माझ्या लेकरांनो, तुम्हांला माहीत आहे का, की एका सुईच्या नेढ्यातून एक उंट आरपार जाणं एक वेळ शक्य आहे; पण श्रीमंत माणसाला ईश्वराच्या राज्यात प्रवेश मिळणं महाकठीण!''

येशूंचे शिष्य आश्चर्याने या गोष्टी ऐकत होते. त्यांचा एक शिष्य, पीटर म्हणाला, ''प्रभू, तुम्ही आत्ता जे काही सांगितलं तेच आम्ही केलं आहे.''

त्यावर येशू म्हणाले, ''माझ्या लेकरांनो, मी तुम्हांला सत्य सांगतो, ज्या लोकांनी

माझ्यासाठी त्याग केला, स्वत:चे भाऊ-बहीण, आईवडील, मुलंबाळं आणि शेतीभाती सोडून देऊन मला साथ दिली, त्यांना याच जीवनात, त्यांनी जे सोडलं त्याच्या शंभरपट अधिक मिळेल. शिवाय येणाऱ्या अनंत जीवनातही मिळतच राहील.''

अशा प्रकारे येशूने त्यांच्या शिष्यांना सल्ला दिला, जर त्यांना ईश्वराच्या राज्यात प्रवेश मिळवून अनंत जीवन प्राप्त करून घ्यायचे असेल तर त्यांनी भौतिक सुखसुविधांपासून दूर, अनासक्त राहायला हवे.

येशूंचे तत्त्व : सर्व काही समर्पित करून जनसेवा आणि ईश्वरसेवा करू लागल्यावर अनंत जीवन प्राप्त करून घेऊन ईश्वराच्या राज्यात प्रवेश करता येईल. सुईच्या नेढ्यातून एखादा उंट आरपार जाणे एक वेळ शक्य आहे; पण भौतिक सुखांत रमलेल्या श्रीमंत माणसांना ईश्वराच्या राज्यात प्रवेश मिळणे महाकठीण आहे.

६. खरा शेजारी कोण?

एकदा एका कायदेतज्ज्ञाने येशूला विचारले, ''गुरुदेव, अनंत जीवन प्राप्त करून घेण्यासाठी मी काय केलं पाहिजे?''

त्याचा प्रश्न लक्षपूर्वक ऐकल्यावर येशूने त्याला प्रश्न विचारला, ''कायद्याच्या पुस्तकात याचं काय उत्तर दिलेलं आहे?''

काही वेळ विचार करून तो तज्ज्ञ म्हणाला, ''गुरुदेव, नियमात तर असंच सांगितलेलं आहे की, जो कोणी आपलं हृदय-बुद्धी-अंतरात्म्यापासून आणि संपूर्ण शक्तीनं ईश्वरावर प्रेम करेल; तसेच स्वत:वर जितकं प्रेम करतो तितकंच प्रेम आपल्या शेजाऱ्यावरही करत असेल तर त्याला निश्चितच अनंत जीवन प्राप्त होते.''

येशू म्हणाले, ''अगदी बरोबर. तुम्ही काय करायचं आहे ते तुम्हांला व्यवस्थित माहीत आहे. आता या नियमांचं शुद्ध मनानं पालन करून अनंत जीवन प्राप्त करून घ्या.''

त्या कायदेतज्ज्ञाने जेव्हा विचारले, ''आमचा शेजारी कोण?'' तेव्हा येशूने त्यांना एक नीतिकथा ऐकवली, ती अशी :

> एकदा यात्रेला निघालेला एक माणूस डाकूंच्या तावडीत सापडला. डाकूंनी क्रूरतेने त्याला मारपीट केली. त्याचे कपडे फाडले आणि त्याच्या जवळचे सर्व काही लुटून, त्याला अर्धमेल्या स्थितीत टाकून पळून गेले. काही वेळाने त्या रस्त्याने जाणाऱ्या एका पाद्र्याने त्या जखमी माणसाला पाहिले. पण त्याला तसेच सोडून तो पुढे निघून गेला. त्यानंतर आणखी एक माणूस त्या रस्त्याने

गेला. तोही त्या जखमी माणसाला मदत न करता तसाच पुढे निघून गेला. त्यानंतर काही काळाने एक भला माणूस तिथून जात होता. जखमी माणसाला पाहताच तो त्याच्या वाहनातून उतरला आणि अर्धमेल्या स्थितीतल्या त्या माणसाला त्याने मदत केली. तो माणूस अतिशय दयाळू होता. आपण या जखमी माणसाला मदत केली नाही तर तो मरेल, असे त्याला वाटले.

त्याने जखमी माणसाची मलमपट्टी केली. आपल्या वाहनातून त्याला एका धर्मशाळेत नेऊन रात्रभर त्याची सेवा शुश्रूषा केली. सकाळी त्याने धर्मशाळेतल्या एका व्यक्तीला चांदीची दोन नाणी देऊन त्या जखमी माणसाची सेवा करण्याची विनंती केली. शिवाय, गरज पडल्यास जास्तीचा खर्च करून त्या जखमी माणसाची सेवा करावी. परत येताना मी तो खर्च चुकता करेन, असे आश्वासनही दिले.

कथा सांगून येशूने त्या कायदेतज्ज्ञाला विचारले, ''या कथेमध्ये त्या जखमी माणसाचा खरा शेजारी कोण होता? पाद्री, दुसरा माणूस, की शेवटचा तो भला माणूस?''

कायदेतज्ज्ञाने उत्तर दिले, ''शेवटचा भला माणूस.''

त्याचे उत्तर ऐकताच येशू त्याला म्हणाले, ''म्हणजे आता तुला उत्तर मिळालेलं आहे. तेव्हा आता हे उदाहरण लक्षात घेऊन त्या तिसऱ्या माणसासारखं आचरण कर.''

येशूंच्या या सर्व शिकवणींमागे एकच उद्देश होता. तो म्हणजे, लोकांनी आपापल्या जबाबदाऱ्या ओळखाव्यात. पापासाठी प्रायश्चित्त घ्यावे, नावीन्याचा स्वीकार करावा, जुन्यापासून मुक्त व्हावे. नावीन्याचा स्वीकार केल्यामुळे कान (ज्ञानाची कवाडे) उघडतील आणि त्यांना प्रभूच्या राज्यात प्रवेश मिळेल. त्यांच्या अंतरातील ज्योत प्रकाशमान होऊन तेवत राहील. अशा प्रकारे येशू प्रभूच्या राज्यात प्रवेश कसा मिळवायचा याविषयी सातत्याने ज्ञान देत राहिले. जनजागृतीचे हे कार्य करताना त्यांनी तीन वेळा स्वतःच्या मृत्यूची भविष्यवाणी वर्तवली. आपल्या देहाला लवकरच पकडले जाणार आहे, हे त्यांना माहीत होते. म्हणूनच ते त्यांच्या शिष्यांना पुढील अभिव्यक्तीसाठी तयार करण्यात गुंतले होते.

■

११

ज्यांच्याकडे कान आहेत, त्यांनी ऐकावे

प्रत्येक युगातल्या संतांनी आणि महात्म्यांनी सर्वोच्च ज्ञानाचा प्रसार त्या काळच्या लोकभाषेतच केलेला आढळतो. येशूंच्या काळातले अधिकतम लोक शेती आणि मासेमारी करत असत. त्यामुळे त्यांच्या व्यवसायातली उदाहरणे देऊन त्यांनी लोकांना सत्याकडे नेणारा मार्ग दाखवला. उदाहरणार्थ, एक शेतकरी बियाणे घेऊन जात होता. त्यातले काही बियाणे रस्त्यातच सांडले. सांडलेल्या बियाणातले काही खडकाळ जमिनीत पडले. काही मऊ मातीत पडले; पण तिथे काटेरी झुडपे होती. उरलेले बियाणे त्याने योग्य प्रकारच्या जमिनीत पेरले. जे बी रस्त्यावर पडले होते ते पक्ष्यांनी खाल्ले. मात्र, खडकाळ जमिनीवर पडलेले बी जास्त खोलवर जाऊ शकले नाही. जमिनीतून लवकर बाहेर आल्यामुळे ते कडक उन्हाने करपून गेले. ज्या रोपांची मुळे जमिनीत खोलवर गेलेली नसतात, तीच रोपे उन्हाने जळून जातात. शिवाय, त्यांना जर पाणी मिळाले नाही तर ती वाळतात.

तिसऱ्या ठिकाणी पडलेले बी काट्यांसह वर आले. काट्यांमुळे ते वाढू शकले नाही. पण योग्य प्रकारच्या जमिनीत पेरलेले बी मात्र आपल्यातून हजारपट जास्त बी निर्माण करू शकले.

कथेचा प्रतीकात्मक अर्थ

जमिनीचे प्रकार : सत्य श्रवण करायला आलेल्या लोकांचे प्रतीक. जमिनीवर पडलेले बी : ज्ञान, समज आणि सत्य यांचे प्रतीक

चला, आता ही कथा क्रमाने समजून घेऊ या.

१. पहिल्या प्रकारचे लोक हे रस्त्यावर पडलेल्या बीजासारखे असतात. त्यांना सत्य सांगूनही काही फायदा होत नाही. प्रवचन ऐकल्यानंतर लगेच त्यांचे

ज्ञान मायारूपी कावळे उचलून घेऊन जातात. म्हणजेच प्रवचनात सगळे काही समजले आहे, अशा आविर्भावात ते माना तर डोलावतात; पण आचरणात काहीच आणत नाहीत. अशा लोकांसाठी ज्ञान मिळाले काय आणि नाही काय, दोन्ही सारखेच असते.

२. दुसऱ्या प्रकारचे लोक खडकाळ जमिनीत पडलेल्या बीजासारखे असतात. त्यांच्या मनात अनेक ऐकीव धारणांचे दगड भरलेले असतात. ते प्रवचनाला येतात, ज्ञानाच्या गोष्टी ऐकून त्यांच्या मनात काही चांगल्या भावना निर्माण होऊ लागतात; पण पूर्वग्रहांमुळे ते मध्येच अडकून राहतात. पुढे जाऊ शकत नाहीत.

३. तिसऱ्या प्रकारचे लोक काटेरी झुडपांमध्ये पडलेल्या बीजासारखे असतात. म्हणजे त्यांच्या आसपास नकारात्मक विचार करणारे लोक असतात. शिवाय, सत्याच्या मार्गावर चालणाऱ्यांच्या मनात ते वारंवार शंका निर्माण करून त्यांना पुढे जाण्यापासून रोखतात.

४. चौथ्या प्रकारचे लोक म्हणजे योग्य प्रकारच्या जमिनीत पेरल्या गेलेल्या आणि योग्य वातावरण लाभलेल्या बीजासारखे असतात. त्यामुळे त्यांची चेतना वाढत जाते. त्यांचा विकास होतो आणि ते वृक्ष बनू शकतात. म्हणजेच त्यांना आत्मसाक्षात्कार होतो.

अशा प्रकारे माणसांच्या दैनंदिन जीवनातील उदाहरणे देत येशूने त्यांना ज्ञानदान केले. त्यामुळे लोक त्यांना समजू शकले. जसे, 'ज्यांच्याकडे कान आहेत, त्यांनी ऐकावे,' हे येशूंचे म्हणणे जर कोणाला सांगितले तर ते म्हणतील, 'आमच्याकडे तर कान आहेत.' मग ज्यांच्याकडे कान आहेत त्यांनीच ऐकावे, असे का बरं म्हटले गेले असेल?

आता या वाक्याचा सत्यार्थ समजून घेऊ. कान तर सर्वांनाच असतात. लोक बहिरे नसले तरी त्यांना कान असून नसल्यासारखे आहेत. कारण त्यांच्या कानांवर जे शब्द आदळत असतात, त्यांचा अर्थ त्यांना समजतो का? जेव्हा कानावर एखादा आवाज आदळतो तेव्हा तो फक्त एखादा शब्द ऐकवतो, की काही वेगळा अनुभवही देऊ पाहतो?

लोक जेव्हा एखाद्या शब्दाचा जुना अर्थ सोडून, नवा अर्थ समजून घेतात तेव्हा त्यांना 'कान मिळाले' असे म्हणता येईल. अन्यथा, नेहमी समोरच्याच्या बोलण्याचा केवळ शाब्दिक अर्थ समजून घेतला जातो. पण ज्यांच्याकडे कान असतात, ते त्या शब्दांचा खरा अर्थ समजून घेतात.

सगळ्यांकडेच सत्य ऐकण्याची आस आणि समज देणारे कान नाहीत, हे येशूला

माहीत होते. अगदी कमी लोकांकडे असे कान असतात आणि त्यात असे लोक अगदी कमी असतात, जे कान-दान करण्यासाठी म्हणजे आपले ज्ञान मध्ये न आणता सत्य श्रवण करण्यासाठी तयार असतात.

जे सत्य जाणतात ते त्यांच्या लोकभाषेतच संवाद साधतात. जी भाषा काहीच लोक समजू शकतील आणि प्रशंसा करतील अशा कोणत्याही उच्चतम, प्रतिष्ठित भाषेत ते बोलत नाहीत. येशूने त्या काळच्या भाषेत जे काही सांगितले ते आजच्या भाषेत सांगायचे झाले तर असे होईल, 'श्रीमंत व्हा; पण श्रीमंत खानदानाचे बनू नका. कान-दान करा. कारण श्रीमंत घराण्यातल्या लोकांसाठी सत्यापर्यंत पोहोचणे कठीण होते. मात्र, ज्याच्याकडे काहीही नाही किंवा जो कशालाही आपले मानत नाही, त्याच्यासाठी सत्य जाणून घेणे खूपच सोपे असते.

येशूला त्या काळच्या श्रीमंत लोकांची स्थिती माहीत होती. त्यांना कोणाचेच काही ऐकून घ्यायचे नव्हते. त्यांना केवळ पैशांचीच भाषा समजत असे. त्यांना केवळ पैशांविषयीच प्रेम आहे. त्यांची हीच दुर्बलता सत्य प्राप्त करण्यामध्ये बाधा बनत होती. त्यामुळे त्यांच्यासाठीही येशूने काही सांगून ठेवले आहे. त्या काळी अशा अनेक गोष्टी येशूने प्रत्यक्ष सांगितल्या, ज्या रबींना सहन झाल्या नाहीत.

■

१२

येशूद्वारा कर्मकांडांवर प्रहार

ज्यू लोकांचे रबी (पंडित-पुरोहित) लोकांना नवनवे कर्मकांडे करायला लावण्यात तरबेज होते. लोकांना पूर्णपणे लक्षात राहणार नाहीत अशा प्रकारची नवनवी कर्मकांडे तयार करण्यामुळेच त्यांचा धंदा चालत असे. शिवाय, ती कर्मकांडे इतकी कठीण असत, की ती पार पाडण्यासाठी लोकांना पंडित-पुरोहितांना बोलवावेच लागत असे. कर्मकांडे जर सोपी असतील तर लोक स्वतःच ती पूर्ण करतील, त्यासाठी पंडिताला कोणी बोलावणार नाही. उदाहरणार्थ, विवाह समारंभात इतके विधी असतात, ज्यासाठी पंडिताला बोलवावेच लागते. त्याचप्रमाणे येशूंच्या काळात यहुदी लोकांना त्यांचे रबी कर्मकांडांमध्ये आणि युनानी लोक विविध करांमध्ये अडकवत होते.

युनानी हे व्यापारी होते. यहुदींना त्यांच्याकडे नोकरी करावी लागत असे. त्यांचा समाज गरीब होता. त्यांना भीती वाटावी अशी अनेक कर्मकांडे करावी लागत होती. त्यांना सांगितले जात असे, तुला शुद्ध व्हायचे असेल तर अमुक एक कर्मकांड कर... स्नान करायचे असेल तर अशा पद्धतीनेच कर... अमुक दिवशी तमुक करून चालणार नाही... तमुक दिवशी अमुक करून चालणार नाही... या दिवशी तू पूर्वेला जाऊ शकत नाहीस... इत्यादी. लोकांना रोज, आज काय करायचे आहे, काय करायचे नाही, याचा विचार करावा लागत असे. ज्यांच्याकडे पैसा होता ते सर्व प्रकारची कर्मकांडे करू शकत असत. गरीब लोक मात्र रोज नव्या कर्मकांडांमुळे भरडून निघत होते.

चुकून एखादे कर्मकांड त्यांच्याकडून करायचे राहिले तर काही अपशकून होईल की काय, अशी भीती त्यांना वाटत असे. अशी कर्मकांडे तयार करणाऱ्या पंडितांची दुकाने चालावीत म्हणून लोकांच्या मनात अशा प्रकारची भीती निर्माण केली जात असे. लोक या चक्रव्यूहामध्ये असे काही अडकले होते, की त्यातून सोडवण्यासाठी येशूला त्यांना

जागृत करावे लागले.

कर्मबंधनातून मुक्तीचे रहस्य सांगताना येशू म्हणाले, 'मुलानं जर त्याच्या पित्याकडे भाकरी मागितली तर पिता त्याला दगड देईल का? उत्तर येईल, 'नाही.' मुलानं मासा खायला मागितला तर त्याचा पिता त्याला साप देईल का? याही प्रश्नाचं उत्तर 'नाही' असंच येईल. एखाद्या दिवशी मुलानं अंडं खायला मागितलं तर पिता त्याला विंचू देईल का? आतासुद्धा 'नाही' हेच उत्तर येईल.'

वरील प्रश्नांचे स्पष्टीकरण देताना येशू म्हणतात, 'जर एक सामान्य पिता आपल्या मुलांशी असं वागत नाही, तर मग आपण ज्याला सर्वस्व मानतो तो आपला परमपिता आपल्याशी म्हणजे त्याच्या लेकरांशी वाईट कसा वागेल?' पण लोकांच्या मनात अनेक समजुती घट्ट रुतून बसलेल्या असतात. ते करत असलेल्या कर्मकांडांविरुद्ध कोणी काही बोलले तर ते त्यांना चुकीचे वाटते. त्यातूनच अशा समजुती, पूर्वग्रह तयार होत जातात.

उदाहरणार्थ, कोणी म्हणते, तू आतापर्यंत शंभर मासे खाल्ले असतील. त्यामुळे आता तुझे दोन-चार जन्म तरी त्याची फळे भोगण्यात जातील. अशा प्रकारे एका जन्मात आपली किती हत्यांच्या पातकातून सुटका होईल, याचा (आपल्या कर्मांचा) हिशेब लोक मांडत असतात. सांगणारे बरेच काही सांगत राहतात. कारण ऐकणाऱ्याला त्या कर्मकांडांची खरी माहिती नसते. त्यामुळे ते फक्त मान हलवत राहतात. पुढे आयुष्यभर मासे मारत नाहीत; पण माणसे मात्र मारतात, दुखावत राहतात.

आता विचार करा, एखाद्या माशाची चेतना आणि एखाद्या बालकाची चेतना यात किती फरक आहे? तुम्हांला त्यातल्या एकाची निवड करायची असेल तर तुम्ही नेहमी उच्च चेतनेचीच निवड कराल, त्यालाच जास्त महत्त्व द्याल. पण लोकांना शब्दांचे वरवरचेच अर्थ समजतात. म्हणूनच कर्मकांडांमध्ये अडकण्याऐवजी उच्च चेतनेचे महत्त्व समजून घेणे आवश्यक आहे, असे येशूने निक्षून सांगितले.

सांगितली गेलेली प्रत्येक गोष्ट ही त्या-त्या परिस्थितीनुसार सांगितली जात असते. पण ज्यांच्याकडे कान नाहीत, ते मात्र सर्व परिस्थितींमध्ये एकच गोष्ट लागू करत राहतात. शब्दांचा तोच तो जुना अर्थ ग्राह्य धरून आयुष्यभर त्याप्रमाणे वागत राहतात. पण त्यामुळे त्यांचा चेतनेचा स्तर काही उंचावत नाही.

■

१३

प्रार्थनेचे महत्त्व

रसायनशास्त्राच्या प्रयोगशाळेत जशा काचेच्या ट्यूब्ज असतात; तशाच काचेच्या दोन ट्यूब्ज आहेत. त्या दोन्ही ट्यूब्जच्या मध्ये एक अरुंद नळी आहे. त्यात आपण काही भरायचे आहे. एका ट्यूबमध्ये जे काही भराल ते दुसऱ्या ट्यूबमध्येही भरले जाणार आहे. पहिल्या ट्यूबमध्ये जितके भराल तितकेच दुसऱ्या ट्यूबमध्येही भरले जाणार आहे. तुम्हांला वाटते, त्यातील एकच ट्यूब भरावी; पण दुसरीही आपोआप भरली जाते. हा प्रयोग करून पाहिलात तर अगदी असेच होते, हे तुमच्या लक्षात येईल. आपण एका ट्यूबमध्ये पाणी भरायला लागलो तर दुसऱ्या ट्यूबमध्येही तितकेच पाणी भरले जाते. या प्रयोगानुसार ट्यूबमध्ये पाणी भरले तर एकात जास्त आणि एकात कमी असे कधीही

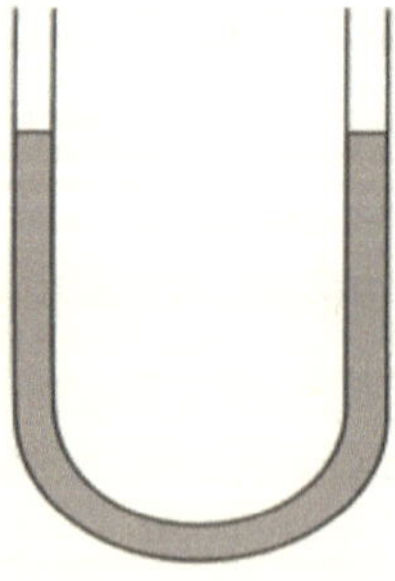

होणार नाही. एका ट्यूबमध्ये जितके असेल तितकेच दुसऱ्या ट्यूबमध्येही असेल.

त्याचप्रमाणे प्रार्थना आणि प्रभूचे राज्य (हृदयस्थान आणि स्वानुभव) या दोन ट्यूब्ज आहेत. त्यात जाणीवपूर्वक केलेल्या प्रार्थनेद्वारे परम अनुभवाच्या ट्यूबपर्यंत

पोहोचता येते. त्यालाच 'ख्रिस्त चेतना' किंवा 'प्रभूचे राज्य' असे म्हटले गेले आहे. बालकेच प्रभूच्या राज्यात प्रवेश करू शकतात. 'आधी प्रभूच्या राज्यात प्रवेश करा, मगच तुम्हांला सर्व काही लाभेल,' अशी काही वचने येशूने वारंवार सांगितली आहेत. पण ती शिकवण कोणालाही समजू शकली नाही.

लोकांची कुवत लक्षात घेऊन प्रभूच्या राज्यात जाण्यासाठी प्रार्थनेचे किती महत्त्व आहे हे येशूने समजावून सांगितले. वर दिलेल्या ट्यूबच्या उदाहरणातून ते समजून घ्यायचे असेल तर ते असे : अनुभवाचे प्रतीक असलेली दुसरी ट्यूब भरायची असेल तर त्यात थेट पाणी घालता येत नाही. कारण लोकांना ते समजेल की नाही, अशी शंका होती. दुसरी ट्यूब भरण्यापासूनच सुरुवात केली गेली असती तर लोकांना आज जितके समजले आहे तितकेही समजले नसते.

मूळ उद्देश (सत्याची स्थापना) पूर्ण करण्यासाठी पहिल्या ट्यूबमध्ये पाणीरूपी प्रार्थना भरा. सातत्याने प्रार्थना केल्यामुळे दुसऱ्या ट्यूबमध्येही त्याचा काही अंशी परिणाम होतत असल्याचे दिसून आले. म्हणूनच लोकांना प्रार्थना करण्याची कला अवगत व्हावी यासाठी येशूने नेहमी प्रार्थना करण्याला विशेष महत्त्व दिलेले आहे.

लोकांची चेतना इतकी निम्न स्तरावर गेलेली आहे, की प्रार्थना करण्यासारखी एक साधी गोष्टही त्यांना समजू शकत नाही. त्यामुळे ते सदैव आपल्याच दुःखात बुडालेले असतात. आज मासे आणि पाव (आजचे जेवण) कसे मिळवावे, याच विचारात ते गुंतलेले असतात. त्यापेक्षा जास्त काही त्यांना समजून घ्यायचे नसते. त्यामुळे आधी त्यांच्याकडून प्रार्थना करवून घेणे आवश्यक आहे.

सतत प्रार्थना करत राहिल्याने त्यांचा विश्वास वाढेल आणि चेतनेचा स्तर वाढू लागेल. त्यांच्या नजरेत विश्वासाऐवजी शंकाच भरलेल्या असतील तर त्यांना काहीच सकारात्मक दिसणार नाही. पण लोकांना ही साधी गोष्टही समजत नाही. त्यांना हे सर्व ढोंग वाटते. विश्वास न ठेवल्याने ते नकळतच स्वतःमधल्या सकारात्मक भावना नष्ट करून टाकतात आणि दुर्दैवाने हे त्यांच्या लक्षातही येत नाही.

खरे तर माणूस हा प्रार्थना करण्याच्या पात्रतेचाच नाही. पात्रता असो वा नसो; सुरुवात तर करायलाच हवी. त्या काळची परिस्थिती इतकी बिकट होती, की लोकांना प्रार्थनेमध्ये काय मागायचे आणि कसे मागायचे हेसुद्धा नीट माहीत नव्हते. मग लोकांना जे मागायचे होते ते नीट मागता येत नसेल, तर प्रभूचे राज्य दूरच राहिले! म्हणूनच वारंवार प्रार्थना करून पात्रता वाढवायला सांगितले जाते. पात्रता म्हणजे प्रार्थनेने मिळणाऱ्या गोष्टी सांभाळण्यासाठी स्वतःला तयार करणे. पात्रता नसेल तर माणूस प्रार्थनेने येणाऱ्या शक्ती

सांभाळू शकणार नाही. येशूंचे बारा शिष्य म्हणजे त्यांच्या बारा शक्ती होत्या. येशूने स्वत: त्यांना तयार करून समाजात पाठवले होते.

बरेच लोक प्रार्थनेमध्ये सुखसुविधा देणाऱ्या वस्तू मागत असतात. त्यांना त्या मिळतातही. पण तुम्ही जर एखादा जीवंत मनुष्य मिळवण्यासाठी प्रार्थना करत असाल तर निसर्गाच्या दिव्य योजनेनुसारच तो तुमच्या आयुष्यात येईल. त्या माणसाची भेट विनाकारण होणारच नाही. जोपर्यंत तुम्ही प्रभूच्या राज्यात बसून ही गोष्ट समजून घेत नाही तोपर्यंत तुम्हांला योग्य प्रकारे प्रार्थना करताच येणार नाही. 'मला जे-जे हवं आहे ते-ते सर्व ईश्वरीय गुणांनुसार माझ्या आयुष्यात यावं,' ही खरी प्रार्थना आहे. मग तुम्हांला जे हवे ते कामवासनेसाठी नव्हे, तर ईश्वरीय गुण प्रकट करण्यासाठी, तेजप्रेमासाठी येईल.

लोक हे विसरतात आणि अयोग्य पद्धतीने प्रार्थना करतात. त्यामुळे त्यांच्या आयुष्यात येणाऱ्या गोष्टी त्यांची दु:खे वाढवतात. म्हणूनच लोकांना प्रार्थना करायला आणि पात्रता वाढवायला शिकवले पाहिजे. प्रार्थना कशी असावी आणि प्रार्थनेत काय मागावे, हेही महत्त्वाचे आहे. पण हे एका क्षणात घडणारे नाही. त्यासाठी माणसाला चुकतमाकत प्रार्थना करत शिकत राहायला हवे. आधी तुम्ही प्रार्थना कराल, मग त्या प्रार्थनेनुसार तुम्हांला काहीतरी मिळेल. त्यानंतर जे मिळाले असेल ते काय आणि कसे मिळाले यावर मनन केले जाईल. हे मनन सातत्याने केले तरच हळूहळू प्रार्थनेमध्ये सुधारणा होत जातील, प्रार्थनेमध्ये काय आणि कसे मागायचे ते समजेल. असे केले नाही तर मागणी करायचा सरावही होणार नाही. म्हणूनच छोट्या-छोट्या गोष्टींसाठीही लोकांना प्रार्थना करायला सांगितले जाते.

प्रार्थना म्हणजेच सर्वात मोठे मागणे. माणूस जेव्हा प्रार्थना करू लागतो तेव्हा तो हळूहळू प्रार्थनेमध्ये काय मागायचे ते शिकत जातो. जी गोष्ट तुम्ही वारंवार करत असता त्याचा परिणाम बघितल्यावर तुम्हांला वाटेल, 'अरे, हे अशा पद्धतीनं मागायला हवं होतं. असं मागितलं तर मिळतं. अहंकारानं आणि अज्ञानानं मागितलं तर मिळत नाही.' अशा प्रकारे सातत्याने प्रार्थना करत जेव्हा तुम्ही उच्चतम अवस्थेपर्यंत पोहोचाल तेव्हा तुम्हांला सत्य खूप सोपे वाटू लागेल. तेव्हा प्रार्थनेमध्ये तुम्हांला फक्त एवढेच म्हणायचे आहे, की मला स्वानुभवामध्ये स्थिर राहायचे आहे. बस. आणि मग तसेच होईल. इतके सोपे आहे. लोकांमध्ये अशी उच्चतम चेतना जागृत करण्यासाठी येशूने वारंवार प्रार्थनेचे महत्त्व समजावून सांगितले.

माणसाकडून सुरुवातीलाच अनुभवासाठी (मोक्षासाठी) प्रार्थना करून घ्यायला हवी. पण अनुभव म्हणजे काय, तो कसा असतो हे त्याला समजणार नाही, अनुभव

अदृश्य असतो म्हणून माणूस त्याची कल्पनाही करू शकणार नाही. स्वानुभव दिसत नाही म्हणून कोणालाही त्याचे आकर्षण वाटत नाही. म्हणून आधी भौतिक वस्तूंसाठी प्रार्थना करायला शिकवले जाते. ही खरे तर पूर्वतयारी असते. त्याद्वारेच अनुभवासाठी प्रार्थना करणे शिकवले जाते. तोच अनुभव प्राप्त करण्यासाठी येशूने प्रभूची जी प्रार्थना केली ती अशी होती –

हे आकाशातल्या बापा!
तुझं नाव कीर्तिमान होवो.
जगात तुझीच सत्ता नांदो आणि आकाशात जसा तुझा प्रभाव असतो तसा तो इथेही राहो.
आम्हांला आजची भाकरी मिळू दे (शरीर आत्मा, दोन्हीसाठी).
आमचं ऋण आणि अपराध माफ कर. त्यामुळे आम्हीही आमच्या ऋणधारकांना माफ करू.
जगातल्या प्रलोभनांपासून आमचं रक्षण कर तसंच आम्हांला वाइटापासून आणि पापांपासून दूर ठेव. कारण सर्वत्र तुझीच सत्ता आहे,
तू समर्थ शक्तिमान आहेस,
तुझाच प्रताप आहे आणि तो सदैव राहणार आहे.

निष्पाप भावनेने केलेली ही प्रार्थना आपल्याला आत्मसाक्षात्काराच्या मार्गावर अग्रेसर होण्यासाठी अवश्य मदत करेल.

■

१४

येशूंची क्रांतिकारी महावाक्ये

पहिले महावाक्य

जे लोक दीन आहेत ते धन्य आहेत, कारण त्यांना प्रभूचे राज्य लाभणार आहे.

येशूंच्या पहिल्या प्रवचनाचे हे पहिलेच वाक्य होते, 'जे लोक दीन आहेत ते धन्य आहेत, कारण त्यांना प्रभूचे राज्य लाभेल.' इथे दीन या शब्दाचा अर्थ गरीब असा नाही तर जे लोक प्रभुचरणी समर्पित आहेत, ज्यांचा अहंकार नष्ट झाला आहे, अशा लोकांना दीन संबोधले आहे. समर्पणभाव आणि स्वीकारभाव यानंतर जो आनंद लाभतो तो आपोआपच स्वर्गस्थ भावना (स्वर्गात असल्याची भावना) निर्माण करतो.

येशूने त्यांचे ज्ञान सामान्य लोकांपर्यंत पोहोचवण्यासाठी त्या लोकांना प्रेरणा देणाऱ्या शब्दांचाच वापर केला. उदाहरणार्थ, प्रभूचे राज्य या शब्दांमुळे लोक येशूकडे आकर्षित होत असत. सुरुवातीला प्रत्येकालाच प्रेरणा मिळण्याची गरज असते. आईवडीलही त्यांच्या लहानग्यांशी गोडगोड बोलून त्यांच्याकडून काम करवून घेत असतात. काही हजार वर्षांपूर्वीच्या लहान मुलांना चॉकलेटचे आमिष दाखवले असते तर काही उपयोग झाला नसता, कारण त्या काळी ती प्रेरणा ठरू शकली नसती. जे लोक संपूर्ण समर्पण करत असत, त्यांनाच प्रभूचे राज्य लाभत असे. आजच्या काळातील शब्दांत प्रभूचे राज्य म्हणजे आत्मसाक्षात्कार किंवा सेल्फ रिअलायझेशन.

दुसरे महावाक्य

धन्य आहेत ते, जे शोक करतात, कारण त्यांचे सांत्वन केले जाईल.

अर्थ : ज्या लोकांना निराशेची भावना जाणवते ते धन्य आहेत. कारण जगात त्याच लोकांकडून नवनिर्मिती अथवा क्रांती होत असते. जे लोक कधीच निराश होत नाहीत

त्यांच्या जीवनात काहीच परिवर्तन होत नाही. सत्याची आस लागलेल्या माणसाला जर तुम्ही म्हणालात, 'सत्याच्या बदल्यात मी तुला अनेक सुखसुविधा देतो,' तर तो म्हणेल, 'जोपर्यंत मला अंतिम सत्य लाभत नाही तोपर्यंत मी शोक करत राहणार.'

सांत्वन म्हणजे अंतिम सत्य. शोकग्रस्त लोकांचे सांत्वन केल्यावर थोडा वेळ त्यांना बरे वाटते; पण त्यांच्यामध्ये काही परिवर्तन होत नाही. काही काळाने ते पूर्वीसारखेच वागू लागतात.

उदाहरणार्थ, एखाद्याच्या घरी कोणाचा मृत्यू झाला तर शेजारी त्या घरच्या लोकांचे सांत्वन करताना म्हणतात, 'सगळ्यांच्याच बाबतीत असे होते. हेच सत्य आहे. याचा स्वीकार करा.' अशा प्रकारे लोक त्यांना ज्ञानाच्या मोठमोठ्या गोष्टी ऐकवतात. पण कालांतराने जेव्हा त्या शेजाऱ्याच्या घरीही असाच प्रसंग येतो, तेव्हा इतर लोक तिथे जाऊन त्यांना त्याच गोष्टी ऐकवतात. याचाच अर्थ, समजून न घेता दुसऱ्याला केलेला उपदेश स्वतःलासुद्धा काही लाभदायक ठरत नाही. त्याचा परिणाम थोडाच वेळ टिकतो.

भगवान बुद्धांनी जेव्हा एका वृद्धाला, आजाऱ्याला, मृत व्यक्तीला आणि संन्याशाला पाहिले तेव्हा ते निराश झाले, व्याकूळ झाले. त्या व्याकूळतेमुळेच त्यांचा शोध सुरू झाला. त्यानंतर त्यांना जे सत्य गवसले, ते आज लोकांना लाभदायक ठरत आहे. व्यक्ती (अहंकार) कशी तयार होते? निसर्गाच्या साखळीतला निखळलेला दुवा, अविद्या म्हणजे काय? जाणीव जागृत झाल्यावर दुःखापासून मुक्ती कशी मिळते? दुःखापासून मुक्त होण्याची अशी कोणती जागा आहे? अशी निसर्गाची अनेक रहस्ये त्यांनी जाणली होती.

भगवान बुद्धांना दुःखमुक्तीचा मार्ग मिळाला, म्हणजेच त्यांना सांत्वना मिळाली. पण त्यांना मिळालेली सांत्वना ही क्षणिक नव्हती; तर स्थायी होती, निरंतर होती. म्हणून त्यांच्या शरीराद्वारे दुःखमुक्तीची घोषणा निघाली. ज्याने पूर्ण सत्य जाणले आहे, तोच ही घोषणा करू शकतो. अन्यथा माणसाला सत्याची ओळख पटल्याशिवाय अशी घोषणा करण्याची भीती वाटते, त्यात धोका वाटतो. त्याला वाटते, मी दुःखमुक्तीची घोषणा कशी करू? उद्या काय होईल माहीत नाही? उद्या मला कोणी दुःखी झालेले पाहिले तर लोक काय म्हणतील? त्यामुळे अन्य कोणीही अशी घोषणा करू शकत नाही.

ज्या व्यक्तीने स्वानुभवातून रहस्य जाणून घेतले आहे तीच व्यक्ती अशी घोषणा करू शकते. बुद्धाच्या जीवनात शोधाची सुरुवात शोकातूनच झाली होती. म्हणूनच जे लोक शोक करतात ते धन्य आहेत, असे म्हणतात. अन्यथा जे लोक उदास होतात, त्रस्त होतात, तेव्हा हे औदासीन्य कधी जाणार, हाच विचार करतात. मग अशा औदासीन्यावर, निराशेवर तात्कालिक उपाय शोधण्यासाठी लोक दारूच्या अड्ड्यावर जातात, पार्टीला

जातात, वर्तमानपत्र वाचतात, गाणी ऐकतात. अशा प्रकारे थोडा वेळ तरी निराशेतून मुक्ती मिळावी म्हणून विविध साधनांद्वारे लोक स्वतःचे मनोरंजन करत असतात. पण जेव्हा माणसाला समजते, की ही निराशा आपल्याकडून काही चांगले कार्य करवून घेण्यासाठी आलेली आहे तेव्हाच तो त्या निराशेला योग्य दिशा देऊ शकतो.

तिसरे महावाक्य

जे पुढे उभे आहेत, त्यांना मागे घेतले जाईल. जे मागे आहेत, त्यांना पुढे घेतले जाईल.

अर्थ : जे आधीपासूनच हरण्यासाठी तयार आहेत, त्यांना कोणीच हरवू शकत नाही. कारण जे लोक हरण्यासाठी नेहमीच तयार असतात त्यांना हे माहीत असते, की आपल्याकडे हरण्यासारखे काही नाहीच.

समजा, एखादा माणूस तुम्हांला म्हणाला, 'मला हरायचे आहे आणि तुम्ही त्याला हरवलेत; तर तो म्हणेल, मला हेच तर हवे होते.' आता या घटनेकडे त्या माणसाच्या दृष्टिकोणातून पाहिले तर वास्तवात तोच माणूस जिंकला आहे. कारण त्याला जे हवे होते ते मिळाले. शिवाय, ते मिळवून देण्यासाठी तुम्ही त्याला मदत केली. जो आपली इच्छा पूर्ण करण्यात सफल होईल, तो हरणार नाही तर जिंकेल. हरण्याची इच्छा असलेल्याला कोणी हरवू शकत नाही. तो कायम जिंकतो कारण त्याच्याकडे हरण्यासाठी काहीच नसते. मात्र, जो माणूस हरण्यासाठी (समर्पणासाठी) कायम तयार असतो, तोच जीवनाचा सर्वाधिक आनंद घेऊ शकतो. जोपर्यंत मनात विविध चुकीच्या धारणा आहेत तोपर्यंतच माझे हे हरवेल, ते जाईल, मी यात हरेन, त्यात हरेन, असे वाटत राहते. पण या सर्व चुकीच्या समजुती नष्ट झाल्या तर हार ही हार न राहता जीत बनते. म्हणूनच, जे पुढे उभे आहेत, त्यांना मागे घेतले जाईल, असे म्हटले गेले आहे. कारण जे पुढे आहेत ते कधीही मागे जाऊ शकतात. म्हणजेच ते कधीही हार मान्य करू शकतात.

उदाहरणार्थ, जे लोक निवडणूक जिंकतात ते आनंदी असतील असे आपल्याला वाटते; मात्र प्रत्यक्षात तसे नसते. जिंकल्यानंतर त्यांच्या मनात विचार सुरू होतात, आता पाच वर्षे टिकून राहायचे आहे. म्हणून त्यानंतरच्या निवडणुकीची तयारीही आतापासूनच करायला हवी. त्यांच्यावर किती ताण असतो याची आपण कल्पनाही करू शकणार नाही. आधी त्यांना वाटते, जिंकल्यावर ताण कमी होईल; पण तो ताण कमी न होता वाढतच जातो. जसजसा यशाचा आलेख वाढत जातो, तसतसा तणावही वाढतच जातो. मात्र, बघणाऱ्यांना वाटते, इतका यशस्वी माणूस निश्चितच आनंदी असणार. पण सत्य स्थिती, वास्तव काही वेगळेच असते. जो माणूस सतत तणावाखाली जगत असतो तो पुढे जाताना दिसला तरी वास्तविक तो मागे जात असतो. कारण त्याचा आंतरिक विकासच

थांबलेला असतो आणि विकास थांबणे म्हणजे खरे तर विकास न होण्यासारखेच आहे.

आजपर्यंतच्या सर्व महात्म्यांनी सांगितलेली क्रांतिकारी वचने सुरुवातीला लोकांना पचवायला जड गेली. कारण वर्षानुवर्षे त्यांनी बाळगलेल्या समजुतींवरच आघात झाला होता. दुःखाची गोष्ट म्हणजे, 'आधी याला सुळावर चढवा, मग याची पूजा करू,' अशी या संतमाहात्म्याविषयीची लोकांची भावना असते. सुळाचे दिव्य पार पाडल्यावरच सारा समाज, धर्म त्यांच्या मागे उभा राहतो. ते जीवंत असताना मात्र कोणालाही त्यांची किंमत कळत नाही. तेव्हा हे सर्व थोतांड आहे, असे म्हणून त्यांची वचने धुत्कारली जातात.

येशूने काही सहज, सोपी अशी जीवनरहस्ये त्या काळच्या लोकांच्या गरजांनुसार स्पष्ट करून सांगितली. ज्यांना ही रहस्ये समजणार नाहीत त्यांना त्याचे तितके महत्त्व वाटणार नाही. त्यांना वाटेल, हे काही आपल्या उपयोगाचे नाही. पण लोकांनी मनन केले आणि ही सर्व रहस्ये त्यांना समजली तर विश्वात तेज क्रांती घडेल.

चौथे महावाक्य

ईश्वराचा पुत्र

येशू नेहमी सांगायचे, 'मी ईश्वराचा पुत्र आहे आणि तुम्हीही आहात. जे मी करू शकतो, ते तुम्हीही करू शकता, किंबहुना माझ्याहून अधिक करू शकता.' हे वाक्य पूर्ण झाल्यावर पूर्णविराम दिला गेला होता. अंधश्रद्धांमध्ये गुंतलेल्या लोकांमध्येही सत्य असून सर्वांमध्येच ज्ञान आहे, ही गोष्ट लक्षात यावी म्हणून त्याहून अधिक असे त्यांनी सांगितले होते.

ज्या लोकांना काहीच समजत नाही त्यांनी येशूला ईश्वरपुत्र मानून सुरुवात करावी हेच योग्य आहे. जेव्हा मूर्तींची स्थापना सुरू झाली तेव्हा मूर्ती तयार करणाऱ्या लोकांनी खूप विचारपूर्वक मूर्ती घडवल्या होत्या. ज्या लोकांना काहीही समजत नाही, त्यांना सत्य मार्गावर नेण्यासाठी मूर्तींमधून संकेत दिले जावेत, हाच उद्देश त्यामागे होता.

त्याचप्रमाणे येशूने सांगितलेल्या वचनांवर काही लोकांचे म्हणणे होते, 'जर आम्ही स्वतःला ईश्वराचा पुत्र मानले तर आमचे कल्याण होईल का?' तेव्हा या लोकांमध्ये अजून सर्वोच्च ज्ञान ग्रहण करण्याची योग्यता आलेली नाही हे येशूने जाणले. म्हणूनच त्यांच्या प्रश्नाला येशूने, 'हो' असे उत्तर दिले. ते पहिल्या प्रकारचे लोक होते. पण जे लोक सर्वोच्च ज्ञान ग्रहण करण्यासाठी योग्य होते, ज्यांना सत्य ऐकायचे होते अशा लोकांना मात्र येशूने स्पष्ट शब्दांत ज्ञान दिले.

येशूंसारख्या अनेक संतांनी, त्यांना ज्ञात झालेले सत्य काही मोजक्याच लोकांना सांगितले. मग त्या थोड्या लोकांनाही त्या शिकवणीचा शुद्ध स्वरूपात प्रचार-प्रसार करता

येईल, असे काही पात्र लोक मिळाले. म्हणजेच विश्वभरात प्रसारित होणारी शिकवण ही प्रारंभिक शिकवण असते. कारण, अशी प्रारंभिक शिकवण घेणाऱ्या लोकांची संख्या जास्त असते. तसेही सत्यज्ञान ऐकणारे लोक कमीच असतात.

पाचवे महावाक्य

जे दया करतील ते धन्य आहेत, त्यांच्यावर दया केली जाईल.

जे क्षमा करतील, त्यांना क्षमा केली जाईल.

एक दिवस येशूंचा शिष्य पीटर याने त्यांना विचारले, ''प्रभू, माझा भाऊ नेहमी माझ्याशी अन्यायानं वागतो. मी किती वेळा त्याला क्षमा करू, हे कृपा करून मला सांगा. सात वेळा क्षमा केली तर ते उचित ठरेल का?''

येशूने उत्तर दिले,''सात वेळा नाही, सत्त्याहत्तर वेळा क्षमा कर. त्यासाठी मी तुला एक कहाणी सांगतो. त्या कथेतून तुला याचं उत्तर मिळेल.''

एक राजा होता. त्याने त्याच्या नोकराला कर्ज म्हणून खूप धन दिले होते; पण तो नोकर कर्ज फेडू शकत नव्हता. दीर्घ काळ वाट पाहिल्यावर एक दिवस राजाने हुकूम दिला, की त्या नोकराला त्याच्या संपूर्ण कुटुंबासह विका आणि कर्जाची रक्कम वसूल करा. हे समजल्यावर तो नोकर राजाच्या पायावर पडून गयावया करू लागला, ''महाराज, मी खूप गरीब माणूस आहे. माझ्यावर दया करा. मी तुम्हांला वचन देतो, मी हळूहळू तुमचं सगळं कर्ज फेडून टाकीन.''

राजाला त्याची दया आली आणि त्याने त्या नोकराचे सर्व कर्ज माफ केले. त्यामुळे तो नोकर अगदी आनंदाने घरी परत निघाला. रस्त्यात त्याला त्याचा एक सहकारी भेटला. त्या सहकाऱ्याने त्या नोकराकडून काही पैसे उधार घेतले होते. नोकराने त्या सहकाऱ्याची मानगूट पकडून त्याला उधारी चुकती करण्याविषयी सुनवले. ज्याप्रमाणे त्या नोकराने राजाच्या पायावर पडून दयेची भीक मागितली होती त्याप्रमाणेच आता तो सहकारीदेखील त्या नोकराच्या पायावर पडून दयेची भीक मागू लागला. पण नोकराला त्याची जरासुद्धा दया आली नाही. सहकाऱ्याने अनेकदा उधारी चुकवण्याचे वचन देऊनही नोकराने त्याला कैदेत टाकले.

राजाच्या काही शिपायांनी जेव्हा हे पाहिले, तेव्हा त्यांना खूप राग आला. त्यांनी राजाला सर्व हकीकत तपशिलाने सांगितली. राजाने त्या नोकराला बोलावून घेतले आणि त्याला म्हणाला, ''अरे दुष्ट माणसा, तू माझ्या पायावर

लोळण घेऊन दयेची भीक मागितलीस आणि मी तुझं लाखो रुपयांचं कर्ज माफ केलं, हे तू विसरलास का? मी ज्याचं इतकं मोठं कर्ज माफ केलं तोच माणूस त्याच्याकडून दुसऱ्या कुणी घेतलेलं क्षुल्लक कर्जही माफ करू शकत नाही. इतका तो नीच आहे यावर माझा विश्वासच बसत नाही. ते कर्ज तू माझ्याकडून घेतलेल्या कर्जाचा हजारावा अंशही नसेल, नाही का?''

असे म्हणून पूर्ण कर्ज फेडेपर्यंत राजाने त्या नोकराला कैदेत ठेवले.

ही कथा सांगितल्यावर येशू पीटरला म्हणाला, 'पीटर, जर तुम्ही लोकांच्या चुका माफ केल्या नाहीत तर माझा स्वर्गातील पिताही तुमच्याशी त्या राजासारखाच वागेल. म्हणूनच येशूचं वचन आहे, जो हृदयापासून क्षमा करेल, त्याला क्षमा केली जाईल.'

सहावे महावाक्य

सुईच्या नेढ्यातून एखादा उंट जाऊ शकतो; पण श्रीमंत माणसाला प्रभूच्या राज्यात प्रवेश मिळणे कठीण आहे.

एकदा एक श्रीमंत माणूस येशूकडे आला आणि अश्रूभरल्या नेत्रांनी म्हणाला, ''मला अंतिम सत्य जाणून घ्यायचं आहे.'' तेव्हा येशू म्हणाले, ''ठीक आहे. तू तुझ्या सगळ्या धनसंपत्तीचा त्याग कर आणि सर्वांसह इथे प्रवचनाला ये.'' ते ऐकल्यावर तो माणूस गडबडला आणि म्हणाला, ''असं मी कदापि नाही करू शकणार.'' त्यावर येशू उत्तरले, ''ठीक आहे. जशी तुझी मर्जी.'' हे ऐकून तो माणूस निघून गेला.

तो गेल्यावर येशूने वचन सांगितले, सुईच्या नेढ्यातून एखादा उंट जाऊ शकतो, पण श्रीमंत माणसाला प्रभूच्या राज्यात प्रवेश मिळणे कठीण आहे.

श्रीमंत माणूस म्हणजे असा माणूस ज्याच्यामध्ये संपत्तीविषयी मालकीहक्काचा भाव आहे, ज्याला ती संपत्ती स्वतःची आहे असे वाटते, ज्याचा ईश्वरापेक्षा धनावर जास्त विश्वास आहे. थोडक्यात सांगायचे तर, जी वस्तू तुमच्याकडे आहे, जिचा तुम्ही वापर करता ती वस्तू तुमची आहे. उदाहरणार्थ, तुमच्याकडे वीस रुपये आहेत. त्यातले दहा रुपये तुम्ही खर्च केले आणि उरलेले दहा कुणालातरी दिले. तर, ते दहा रुपये ज्याला दिले ते त्याचेच होते, असे समजा. तुम्ही फक्त ते तुमच्या खिशात ठेवले होते, इतकेच! पण म्हणून ते तुमचे होते असा त्याचा अर्थ नाही.

तुम्ही बँकेत ठेवलेले पैसेही तुमचे आहेत असे समजू नका. तुम्ही कुणाच्यातरी पैशांचा सांभाळ करत आहात. त्याचप्रमाणे तुमचे पैसेही कुणी कुठेतरी सांभाळत आहे. प्रत्येकाच्या मनात संपत्तीच्या हक्काचा, स्वामित्वाचा भाव नष्ट होऊन आपल्याकडे जे

काही आहे त्याचा आपण केवळ वापर करतो आहोत, हे सर्वांना समजावे हाच या तत्त्वामागचा उद्देश आहे. तुमच्याकडे घर असेल तर त्याचा अर्थ तुम्ही केवळ त्यात राहत आहात असा आहे. हे समजून घेण्यासाठी आणखी एक उदाहरण पाहू या.

> एकदा एका माणसाला राजवाड्यात जायचे होते. पण तिथले शिपाई त्याला आत प्रवेश करू देत नव्हते. त्या माणसाने राजाकडे आपला संदेश पोहोचवला, मला या राजवाड्यात राहायचे आहे. हे ऐकून राजा आश्चर्यचकीत झाला. आणि असे म्हणणारा माणूस कोण आहे, हे बघण्यासाठी त्याला राजवाड्यात बोलावले. राजा म्हणाला, "तू इथे कसा काय राहू शकतोस? हा तर माझा राजवाडा आहे." तेव्हा त्या माणसाने राजाला विचारले, "तुमच्याआधी इथे कोण राहत होतं?" राजा म्हणाला, "माझे वडील राहायचे."
>
> "त्यांच्या आधी कोण राहायचं?" त्या माणसाने विचारले. "माझे आजोबा," राजा म्हणाला. "आणि त्यांच्या आधी?" त्या माणसाच्या प्रश्नावर राजा उत्तरला, "माझे पणजोबा." "त्यांच्या आधी?" त्या माणसाने विचारले. तेव्हा राजा म्हणाला, "खापरपणजोबा."
>
> अशा प्रकारे बराच काळ त्या दोघांमध्ये चर्चा झाली. शेवटी तो माणूस म्हणाला, "एवढी सगळी माणसं इथे राहून गेली असतील तर मग ही धर्मशाळाच म्हणायला हवी. तुम्हीसुद्धा इथे राहातच आहात ना; मग मी का नाही राहू शकत? मी पण इथेच राहणार."

अगदी तसेच तुम्ही जिथे राहत आहात ते तुमचेच घर आहे, असे नव्हे. तुम्ही तिथे आनंदात राहा; पण त्याला स्वत:च्या मालकीचे घर समजू नका. विश्वास ठेवा, आपल्या प्रत्येक वस्तूबाबतची मालकीहक्काची भावना नष्ट झाली की खूप शांत वाटते.

ही गोष्ट तुम्हांला समजली तर तुमच्यामध्ये संपूर्ण परिवर्तन होईल. लोकांना वाटेल, ते घर तुमचे आहे; पण तुम्हांला मात्र पक्के माहीत असेल, आपण या घरात केवळ राहतोय. जोपर्यंत आपण इथे आहोत तोपर्यंत हे घर आपले आहे. जेव्हा आपण याचा वापर करणे थांबवू तेव्हा हे घर आपले राहणार नाही. नंतर जो हे वापरेल त्याचेच ते असेल. अशा प्रकारे सत्य समजल्यावर माणसाच्या मनातील मालकीहक्काची भावना नष्ट होईल.

सातवे महावाक्य

ज्यांच्याकडे आहे त्यांना आणखी दिले जाईल. ज्यांच्याकडे नाही त्यांच्याकडून परत घेतले जाईल.

वरील वाक्य वाचल्यावर समाजवादी, समताप्रिय लोकांना ते चुकीचे वाटेल. त्यांच्यासाठी योग्य वाक्य असे असेल, ज्यांच्याकडे नाही त्यांना दिले जाईल आणि ज्यांच्याकडे आहे त्यांच्याकडून काढून घेतले जाईल. इथे मात्र उलटेच लिहिले गेले आहे, ज्यांच्याकडे आहे त्यांना आणखी दिले जाईल.

याचाच अर्थ, ज्यांच्याकडे ज्ञान आहे, समज आहे त्यांना आणखी जाणून घेण्याची आस असते. लोकांना वाटते, आपली समज प्रगल्भ झाली, ज्ञान मिळाले की आपण त्यापुढे श्रवण करायचे नाही. पण होते अगदी उलट. ज्यांची समज वाढत जाते त्यांची उपस्थितीही वाढत जाते. ज्यांना ज्ञान प्राप्त होते त्यांना आणखी ज्ञान मिळवावेसे वाटते. मग त्यांना ते मिळतच जाते. म्हणून असे म्हटले जाते, की ज्यांच्याकडे आहे त्यांना आणखी दिले जाईल. ज्यांच्याकडे नाही त्यांच्याकडून काढून घेतले जाईल.

काही लोकांना येशूने सांगितलेल्या गोष्टी समजू शकल्या नाहीत. त्यांना वाटले, हे धर्मप्रसार करणारे लोक आहेत. मात्र, त्याचा परिणाम असा झाला, तेच लोक येशूंच्या विरोधात गेले आणि येशूला कठोर शिक्षा केली गेली. योग्य समज नसल्याने त्यांनी येशूला सुळावर चढवले.

त्यानंतरची कथा तर सगळेच जाणतात.

आठवे महावाक्य

जो देऊ शकतो तो मालक आहे. जो देऊ शकत नाही तो पहारेकरी असतो.

काही लोक पैशाचे मालक असतात, तर काही पैशाचा वापर करतात आणि काही लोकांचा तर पैसा मालक असतो. असे लोक पैशाच्या मागे कायम धावत असतात. जसे, एखादा माणूस बैलाला दोर बांधून घेऊन जात असेल, तेव्हा माणूस बैलाचा मालक आहे, की बैल माणसाचा मालक आहे, हे ठरवण्यासाठी तो दोर कापावा. मग माणूस बैलाच्या मागे पळतो की बैल माणसाच्या मागे पळतो, यावरून कोण कोणाचा मालक आहे, हे समजेल.

एकदा एका राजाला समजले, त्याच्या राज्यात एक महाकंजूस माणूस राहतो. तेव्हा राजाने एका स्पर्धेचे आयोजन केले. त्या स्पर्धेसाठी त्याने राज्यातल्या सर्व कंजूस लोकांना आमंत्रित केले. शिवाय, जो कंजूस माणूस ही स्पर्धा जिंकेल आणि राज्यातला सर्वात मोठा कंजूस ठरेल त्याला बक्षीस म्हणून राजाची अर्धी संपत्ती दिली जाईल, अशी घोषणा केली गेली. आश्चर्य म्हणजे त्या महाकंजूस माणसाने स्पर्धेत भागही घेतला आणि ती जिंकलीही. राजाने त्याला बोलावून सांगितले, "आजपासून माझी अर्धी संपत्ती तुझी झाली."

आता एवढी मोठी संपत्ती घरी घेऊन जायची म्हणजे ती ठेवण्यासाठी नवी जागा तयार करायला हवी. आली का पंचाईत! कारण त्यासाठी मोठा खर्च करावा लागेल. तेव्हा राजा म्हणाला, "तू तुझी सगळी संपत्ती घेऊन ये आणि माझ्या खजिन्यात ठेव. शिवाय, तुझा आणि माझा असे दोन्ही खजिने तूच सांभाळ. मला गरज लागेल तेव्हा माझ्या अर्ध्या खजिन्यातून संपत्ती घेत जाईन. म्हणजे तुला तुझ्या खजिन्यासाठी आयती जागा मिळेल." राजाचे बोलणे ऐकून त्या माणसाला खूप आनंद झाला. त्याने राजाच्या खजिन्यामध्ये त्याचीही संपत्ती आणून ठेवली.

राजाच्या मंत्र्याने त्याला विचारले, "महाराज, आपण असं का केलं? तुम्ही तर सगळाच खजिना त्याच्या ताब्यात देऊन टाकलात." तेव्हा राजाने त्यामागचे गुपीत सांगितले, "हो, आपल्याला गरज लागेल तेव्हा आपण आपल्या हिश्शाची अर्ध्या खजिन्यातली संपत्ती घेत जाऊ. तसंही तो माणूस असा किती दिवस जगणार आहे? खरं तर आपल्याला आपल्या खजिन्यासाठी एक चांगला पहारेकरी हवाच आहे आणि हा माणूस त्यासाठी अगदी योग्य आहे. तो एकही पैसा खर्च करणार नाही. तुला असं वाटतंय, की आपण आपला अर्धा खजिना त्याला दिला आहे; पण तसं नाही. उलट आपल्यालाच एक चांगला पहारेकरी मिळाला असून त्याला पगारही द्यायची गरज नाही. हा माणूस बेईमानी करणार नाही. रात्रभर जागता पहारा ठेवेल. कोणी चोर येऊ नये म्हणून सावध राहील. बघ, एवढा चांगला पहारेकरी आणि तेही फुकटात आणखी कोण मिळणार?"

या कथेवरून हेच लक्षात येते, जो मालक असतो तोच देऊ शकतो. पहारेकरी फक्त पहाराच देत राहतो. समजा, कोणी आपले पेन तुमच्याकडे ठेवायला दिले तर ते तुम्ही दुसऱ्या कुणाला देत नाही, कारण ते तुमचे नसते. तुमचे स्वतःचे पेन असेल तरच तुम्ही ते द्याल. कारण तेव्हा तुम्ही त्या पेनचे मालक असता. त्याचप्रमाणे तुम्ही पैशांचे मालक व्हा आणि मनात नेहमी देण्याचा भाव जागृत ठेवा.

नववे महावाक्य

एखाद्या मूर्ख स्त्रीचे सौंदर्य म्हणजे डुकराच्या नाकात घातलेल्या नथीसारखे असते.

स्त्रीचे सौंदर्य हे लोकांसाठी बाधा होऊ नये म्हणून येशूने हे महावाक्य सांगितले. सौंदर्य हे स्त्रीचे आभूषण आहे. पण, जेव्हा त्या सौंदर्याचा अयोग्य कारणासाठी वापर केला जातो,

दुरुपयोग केला जातो, तेव्हा ते करणारे लोक स्वत:सह इतरांचेही नुकसान करत असतात.

दहावे महावाक्य

पहारा द्या, प्रार्थना करा.

पहारा द्या, प्रार्थना करा म्हणजे जागरूकतेने प्रार्थना करणे. जागरूकतेने, सजगतेने पहारा देणे हे पहारेकऱ्याचे काम असते. त्याचप्रमाणे माणसाने आयुष्यात सतत सजगता वाढवायला हवी. प्रार्थनेमध्ये सजगतेबरोबर विश्वासाची शक्तीही असली तर त्या प्रार्थनेत इतकी ताकद येईल, ज्यायोगे माणूस पर्वतही हलवू शकेल.

पण वास्तव हे आहे, की माणूस विविध प्रलोभनांपासून स्वत:ला वाचवू शकत नाही. दैनंदिन जीवनात त्याच्यापुढे अनेक प्रलोभने येत असतात. उदाहरणार्थ, जरा खोटे बोलले तर अमुक काम होईल, थोडे शब्द फिरवले तर समोरचा आपले म्हणणे मान्य करेल, जरा लबाडी केली तर तमुक गोष्ट मिळेल इत्यादी. बघा, माया किती वेगाने आपल्याला प्रलोभने देत असते. अशा वेळी माणूस स्वत:ला रोखू शकत नाही.

एखादा माणूस ठरवतो, आज संध्याकाळी अमुक एक काम पूर्ण करायचेच. पण, नेमका त्याच वेळी टीव्हीवर एक नवा कार्यक्रम सुरू होतो. मग तो विचार करतो, ठीक आहे. हे काम तर उद्याही करता येईल. तसेही उद्या विशेष काही काम नाही. यावरून लक्षात येते, की प्रलोभन हे कधीही आणि कुठूनही आपल्यासमोर प्रकटू शकते. म्हणूनच येशूने सांगितले, पहारा द्या आणि प्रार्थना करा.

इथे पहारा द्यायला सांगताना येशूला जी जागरूकता, सजगता अपेक्षित होती, ती मिळवण्यासाठी तुम्हांला ध्यानस्थ व्हावे लागते. ध्यानातून ही सजगता वाढवता येते. त्यासाठी स्वत:लाच विचारा, मी कोण आहे? आणि मी या प्रलोभनांकडे आकर्षित का होत आहे? मी जर स्वत:ला जाणले तर ही प्रलोभने मला आकर्षित करू शकतील का? हे प्रश्न मनात आल्यावर तुम्हांला स्वत:लाच वाटेल, की यासाठी आपण निदान एखादा प्रयोग निश्चितच सुरू करू शकतो. अशा प्रकारे सुरुवात झाली तर तुम्ही येशूंच्या सर्वोच्च शिकवणी समजून त्या तुमच्या जीवनात अमलातही आणू शकाल.

अकरावे महावाक्य

जे लोक धर्माचे भुकेले आहेत ते धन्य आहेत, कारण तेच तृप्त होतील.

येशू म्हणतात, 'मी आणि ईश्वर आम्ही एकच आहोत.' याचाच अर्थ, सेल्फकडून किंवा तेजस्थानाकडून ज्या काही गोष्टी येत असतात, त्या समजून घेऊन जीवनात त्यांचा उपयोग करायचा आहे. जे लोक धर्माचे भुकेले आहेत ते धन्य आहेत, कारण तेच तृप्त

होणार आहेत. याचा अर्थ, काहीही झाले तरी 'मी कोण आहे' हे मला जाणून घ्यायचे आहे, अशी ओढ ज्या लोकांच्या मनात उत्पन्न होते ते लोक धर्माचे भुकेले असतात. हाच विचार भिन्न लोकांनी वेगवेगळ्या शब्दांमध्ये प्रस्तुत केलेला आढळेल.

माणसाच्या मनात सतत अनेक इच्छा जन्म घेत असतात. मला हे मिळू दे, ते मिळू दे, असे होऊ दे, तसे होऊ दे... त्याला वाटते, त्या गोष्टींनी आपण तृप्त होऊ. पण तसे होत नाही. स्वतःचा धर्म (स्वभाव) जाणून घेतल्यावरच खरी तृप्ती मिळते.

जे लोक धर्माचे भुकेले आहेत ते धन्य आहेत आणि जे लोक मिलाफ घडवून आणतात ते धन्य आहेत. इथे 'धन्य' या शब्दाचा उपयोग विशेष अर्थाने केला गेला आहे. इथे मिलाफ घडवून आणणे म्हणजे लोकांचे आपसांतले भांडणतंटे मिटवणे आणि त्यांची एकमेकांविषयीची द्वेषभावना समाप्त करणे. यामागे लोक एकमेकांसोबत प्रेमाने राहावेत हाच उद्देश आहे. म्हणूनच मिलाफ घडवून आणणाऱ्यांना धन्य म्हटले गेले आहे. अन्यथा भांडत राहणे हीच माणसाची प्रवृत्ती असते. काहीही करण्याआधी, माणूस स्वतःच्या फायद्याचा विचार करतो. जेव्हा दोन व्यक्ती एकमेकांवर नाराज असतात, तेव्हा त्यांच्यातील नाराजी दूर करणारी व्यक्ती स्वतः अहंकारमुक्त असते. कारण बाकीच्या दोन व्यक्ती अहंकारामुळेच नाराज झालेल्या असतात आणि त्यामुळेच चुकीचा निर्णय घेत असतात. त्यांचा मिलाफ घडवणारी व्यक्ती स्वतःचा अहंकार दूर ठेवते. त्यामुळे खरे तर ती स्वतःचाच मोठा फायदा करून घेत असते. म्हणूनच जे लोक मिलाफ घडवून आणतात ते धन्य आहेत. कारण त्यांनाच ईश्वराची अपत्ये मानले जाईल, असे म्हटले गेले आहे.

येशूने सांगितलेले प्रत्येक वाक्य तुम्हांला सर्वोच्च शिकवण, बोध देईल. तुमच्यापुढे अनेक छोट्या-छोट्या गोष्टी येत राहतील. उदाहरणार्थ, तुम्हांला कोणी सांगेल, आपली वेषभूषा बदलण्याचा प्रयत्न करू नकोस, कारण कपड्यांमध्ये सुधारणा करून काहीही होणार नाही. तेव्हा ती गोष्ट तुम्हांला क्षुल्लक वाटेल. त्यानंतर कपड्यांऐवजी स्वतःच्या हृदयामध्ये सुधारणा कर, असे तुम्हांला सांगितले जाईल. तेव्हा तुमच्या लक्षात येईल कपड्यांविषयीची छोटीशी गोष्टही थेट हृदयाशी जोडली जाऊ शकते. हृदयात सुधारणा घडवून आणायची असेल तर क्षमासाधना करून प्रायश्चित्त घ्यायला हवे. अन्यथा कपडे कितीही सुधारले तरी हृदयाची मलिनता तशीच राहून जाईल.

बारावे महावाक्य

जे अंधारात सांगितले जाईल, ते प्रकाशात ऐकले जाईल.
जे बंद खोलीत सांगितले जाईल, ते गच्चीवरून प्रसारित केले जाईल.

या महावाक्याद्वारे येशूने एखाद्याच्या पाठीमागे चुगल्या करणाऱ्या लोकांना सचेत केले

आहे. माणसाचे प्रत्येक कर्म प्रसारित होते, फलित होते आणि उजेडात येते. चोरूनमारून केलेली कर्मे त्याच्या अंतर्मनात शरम, अपराधबोध बनून राहतात. ती बाहेर आली तर त्याला पीडा देतात. अशा कर्मांपासून मुक्ती मिळवण्यासाठी कन्फेशन, प्रायश्चित्त, क्षमा यांसारखा मार्ग सांगितला गेला.

अखेरचे महावाक्य

तुझी इच्छा पूर्ण होवो... Thy will be done

येशूने ईश्वराला म्हटलेले अखेरचे वाक्य होते, Thy will be done, 'तुझी इच्छा पूर्ण व्हावी.' त्यांच्या पहिल्या आणि शेवटच्या वाक्याचा अर्थ समर्पण हाच आहे. त्यांना जेव्हा सुळावर चढवले जात होते, तेव्हाही ते हेच म्हणत होते, 'तुझी इच्छा पूर्ण व्हावी.' म्हणजेच त्या वेळीही ते ईश्वराप्रति पूर्ण समर्पित होते.

माणसाला वाटते, मी तक्रार करतो ते चूक आहे. याचा अर्थ मी स्वीकार केला नाही. पण त्याने हे समजून घ्यायला हवे की, जर त्याला एखादी गोष्ट स्वीकारता येत नसेल तर ती कोणाच्या इच्छेमुळे स्वीकारता येत नाही? आता या गोष्टीचा स्वीकार करू नये, तक्रार करावी, ही खरे तर त्याचीच (ईश्वराची) इच्छा आहे. ज्याला Thy will be done म्हणजेच ईश्वराची इच्छा माहीत आहे त्याला आता होणाऱ्या तक्रारीही त्याच्याच इच्छेने होत आहेत, हेदेखील समजते. हाच मधला निखळलेला दुवा (मिसिंग लिंक) आहे. हा निखळलेला दुवा लोकांच्या लक्षात आला नाही, म्हणून त्यांना समर्पणाचा लाभ मिळणे थांबले.

आपण रडत असलो, तर 'आता रडावे' ही ईश्वराचीच इच्छा आहे हे समजून घेऊन मोकळेपणाने रडावे. हसत असाल तर त्याच्याच इच्छेने हसतोय हे समजून खळखळून हसावे. ज्याच्यामध्ये समर्पण आहे, Thy will be done ही समज आहे, त्याच्यासाठी होळी खेळणे आणि सुळावर चढणे ही एकच गोष्ट आहे. हा निखळलेला दुवा समजून घेता आला नाही तर लोकांना वाटते, आपण स्वीकार करत नाही म्हणून तक्रार करतो, चिंता करतो. पण हे अर्धवट, अपूर्ण ज्ञान आहे.

समर्पण हा असा मार्ग आहे, जिथे आपल्याला काहीच करावे लागत नाही. उदाहरणार्थ, एखादे मूल म्हणते, मी धावत जाऊन माझ्या आईला पकडू शकतो आणि खरेच ते तसे करते. पण त्या वेळी आई स्वतःला पकडू देते म्हणून ते तिला पकडू शकते, हे आपल्याला माहीत असते, त्या मुलाला नाही. त्याप्रमाणेच माणूस संकल्प करतो; पण तो स्वतः संकल्प करू शकत नाही, तर त्याच्याकडून तो करवून घेतला जात असतो, हे त्याला माहीत नसते, समजत नसते. त्याच्यामध्ये तेवढी शक्ती नसते. त्या वेळी त्याला

वाटत असते, की खरे तर हे दोन मार्ग आहेत. मी स्वतःच प्रयत्न करणार आहे. मी स्वतःची शक्ती वापरणार आहे. पण त्याने स्वतःची शक्ती जरी पणाला लावली तरी ती त्याच्याच इच्छेने (ईश्वरेच्छेनेच) लावली जात असते. जी दृश्ये बघू शकतो ते त्याच्याच इच्छेने. ज्ञानाची जी फळे चाखतो ती त्याच्याच इच्छेने. येथे प्रभूच्या इच्छेशिवाय काहीही घडत नाही, हेच आपण समजून घ्यायचे आहे.

अन्य शिकवणी

१. प्रभूचे राज्य तुमच्यामध्येच (हृदयात) आहे. आधी ते प्राप्त करून घ्या. मग इतर गोष्टी आपोआप मिळत जातील.
२. एक ईश्वरावरच (पिता) विश्वास ठेवलात तर मुक्ती मिळेल. त्यासाठी सातत्याने प्रार्थना करायला हवी. त्यामुळे पापकर्मांपासून रक्षण होत राहील. प्रार्थनाच माणसाला शांती आणि शुद्धी प्रदान करते.
३. आपल्या बुद्धीने, मनाने, हृदयाने, शरीराने संपूर्ण ताकदीने ईश्वरावर प्रेम करा. ईश्वरीय प्रेम हे मनुष्याच्या माध्यमातूनच व्यक्त होत असते.
४. स्वतःच्या विश्वासावर विश्वास ठेवा. अशा विश्वासाच्या शक्तीने तुम्ही पर्वतही हलवू शकता.
५. सोनेरी नियम : तुमचा शेजारी तुमच्याशी जसा वागावा असे तुम्हांला वाटते तसेच तुम्ही त्याच्याशी वागा.
६. शत्रूवर प्रेम करा. त्यांनी दिलेल्या शापांना उत्तर म्हणून त्यांच्यासाठी प्रार्थना करा.
७. सूड घेण्याचा विचार करू नका. जर कोणी एका गालावर थप्पड मारली तर मारणाऱ्याला पूर्ण समाधान लाभावे म्हणून तुमचा दुसरा गालही पुढे करा.
८. आपल्या बंधूच्या डोळ्यांतले कुसळ (अवगुण) का पाहता? तुम्हांला तुमच्या डोळ्यांतले मुसळ दिसत नाही का?
९. दयाळू लोक चांगले असतात, कारण त्यांना ईश्वरीय दयेचा लाभ होतो.
१०. सत्यवादी लोक चांगले असतात, कारण त्यांना ईश्वराची प्राप्ती होते.
११. शिष्य गुरूपेक्षा मोठा नसतो. हो, पण जो सिद्ध होईल, साधनेने परिपक्व होईल, तो गुरूसमान होतो.

■

खंड ४

आत्मबल असलेले येशू आणि त्यांच्या मृत्यूची भविष्यवाणी

१५

बारा शिष्यांची तयारी

जे लोक माझ्या नावामुळे वाईट समजले जातील, ज्यांना वेदना सहन कराव्या लागतील, आणि लोक खोटे बोलून ज्यांना दोषी ठरवतील, ते लोक धन्य होतील.

तुमच्या बाबतीत असे झाले तर त्याचा आनंद माना. अन्यथा, एखाद्याबद्दल वाईट बोलले जात आहे, हे त्याला कळले तर त्याला त्याचे दु:ख होते.

खरे तर आपल्या शिष्यांना सत्याच्या मार्गावर वाटचाल करता यावी यासाठी येशू या वचनांमधून शिष्यांना पुढे घडणाऱ्या घटनांची कल्पना देत होते. पण त्यांनी इथे वापरलेला 'माझ्या' हा शब्द त्यांच्या स्वत:च्या शरीराविषयी नव्हता. तर हा शब्द 'सत्याचा मार्ग' यासाठी वापरला. म्हणूनच 'आय एम द वे' अर्थात 'मीच मार्ग आहे', असे येशूने म्हटले आहे. सत्याच्या मार्गावर चालत असताना तुमच्याबद्दल वाईट बोलले जाईल, तुमच्यावर खोटे आरोप केले जातील, तुमच्या सुखसुविधा हिरावून घेतल्या जातील आणि तुमच्यासमोर अनेक समस्या उभ्या राहतील. जर तुमच्याबाबतीत असे झाले तर तुम्ही धन्य व्हाल. हे सर्व सत्याला साथ दिल्याने होत आहे, याचा आनंद त्या वेळी व्हायला हवा. नाहीतर सामान्य माणूस जीवनात लहानसहान समस्या आल्या तरी त्रस्त होतो आणि सत्याची साथ सोडायचा विचार करतो.

उदाहरणार्थ, ऑफिसमध्ये काम करणारा कोणी कर्मचारी आहे. त्याचा बॉस म्हणतो, 'हा सत्संगात जातो, त्यामुळे हा कधीही कट-कारस्थान आणि लबाडी करू शकणार नाही. म्हणून तो कंपनीला जास्त फायदा करून देणार नाही.' त्यामुळे त्याला प्रमोशन दिले जात नाही. पण हे सत्यामुळे झाले याचा त्या कर्मचाऱ्याला आनंद व्हायला हवा. याउलट, प्रमोशन न मिळाल्यामुळे तो नाराज झाला तर सत्यापेक्षा पैशांना जास्त महत्त्व देण्याची चूक करेल. अज्ञानामुळे त्याच्या मनात विचार येतो, की सत्संगामुळेच माझे

नुकसान झाले आहे. म्हणून यापुढे मी सत्संगाला जाणार नाही. मग तो सत्संगाची सगळी पुस्तके बाजूला ठेवतो. मनुष्याची सत्य मार्गावर चालण्याची तयारी पूर्ण झालेली नसेल तरच असे घडू शकते.

म्हणूनच येशू त्यांच्या निवडक शिष्यांना शिकवण देऊन तयार करत असत. आपले शिष्य बाहेरच्या जगात सत्याचा प्रसार करू लागतील तेव्हा लोक त्यांना नावे ठेवतील, त्यांच्याविषयी वाईट बोलतील आणि त्यांच्यापुढे अनेक समस्या येतील याची येशूंना कल्पना होती. त्या वेळीही त्यांनी सत्याची साथ सोडू नये, सत्यालाच महत्त्व द्यावे, यासाठी त्यांची तयारी करून घेणे आवश्यक होते.

त्या शिष्यांची तयारी करून घेण्यासाठी येशूने त्यांना अनेक प्रकारची शिकवण दिली. आज आपण त्या सर्व शिकवणी एकत्रित स्वरूपात वाचतो, त्यामुळे त्यातली कोणती शिकवण आपल्यासाठी आहे आणि कोणती सर्वोच्च शिकवण सुळावर चढवली जात आहे, हे आपल्या लक्षात येत नाही. सुळावर चढवल्या गेलेल्या सर्वोच्च शिकवणीची गाठ सोडवून आपल्याला जीवनात अभिव्यक्त व्हायचे आहे.

येशूंनी पर्वतावर दिलेली सरमन अर्थात शुभवार्ता म्हणजे एक संदेश होता. त्याची सुरुवात अशी आहे, 'जे लोक दीन आहेत ते धन्य आहेत, कारण त्यांच्यातला नकली 'मी' दूर होणार आहे. जे लोक दयाळू आहेत ते धन्य आहेत, कारण त्यांच्यावरच दया केली जाणार आहे... म्हणजे जे क्षमा करतील, त्यांनाच क्षमा केली जाणार आहे.' समजा, तुम्ही एखाद्या मंदिरात होणाऱ्या यज्ञविधीला उपस्थित राहण्यासाठी निघाला आहात आणि अचानक तुम्हांला आठवले, की सकाळी तुमचे तुमच्या भावाशी जोरदार भांडण झाले आणि त्यात मूळ चूक तुमची होती. तर, अशा वेळी मंदिरात जाण्यापूर्वी भावाकडे जाऊन त्याची क्षमा मागायला हवी. अन्यथा, मंदिरातला तुमचा यज्ञविधी, पूजा सफल होणार नाही. कारण क्षमा मागणे त्याहूनही महत्त्वाचे आहे.

काही काळानंतर हे शरीर नष्ट होणार आहे हे येशूला माहीत होते. म्हणूनच ते त्यांच्या शिष्यांना सांगत असत, तुम्ही म्हणजे या पृथ्वीवरचे मीठ आहात. हे शरीर नष्ट झाले तरी तुम्ही तुमचा खरा स्वाद हरवू नका. कारण, तुम्ही स्वतःचा स्वादच हरवून बसलात तर मग अन्य कोणतीही गोष्ट तुम्हांला स्वाद देऊ शकणार नाही. जो स्वतःचा स्वाद हरवतो त्याची माती होते. तो लोकांच्या पायदळी तुडवला जातो. लोक त्याच्यावरून चालत जातात. वास्तविक, हा संदेश म्हणजे जे शिष्य पुढे कार्य करणार होते आणि सेवार्थ जीवन जगणार होते त्यांना येशूने दिलेला हा सावधानतेचा इशारा होता. अशा प्रकारे त्यांनी

वेगवेगळ्या गावी जाऊन लोकांना ज्ञान दिले. नवीन लोकांना ते नेहमी मूलभूत शिकवण देत. कारण त्या लोकांना तेच ऐकायचे असे. त्यांच्यासाठी त्या वेळी त्याच गोष्टी गरजेच्या असत.

येशू लोकांना म्हणत, 'जर तुम्ही तुमच्या भावाला नमस्कार केलात तर यात कोणती मोठी गोष्टी नाही. टॅक्स कलेक्टर जेव्हा टॅक्स घ्यायला जातो तेव्हा असेच करतो. तोसुद्धा त्याच्या भाऊबंदांना नमस्कार करतो. यातून येशूला असे म्हणायचे होते, तुम्हांला जो नमस्कार करणार नाही त्यालाही तुम्ही नमस्कार केलात तर ती मोठी, विशेष गोष्ट ठरेल. जो आपल्याला नमस्कार करतो त्याला उलट नमस्कार करण्यात काही मोठी गोष्ट नाही. आपल्याला जर कोणी अभिवादन केले आणि आपणही उत्तरादाखल त्याला अभिवादन केले तर त्यात मोठे काही नाही. पण आपल्याला अभिवादन न करणाऱ्या व्यक्तीला आपण अभिवादन केले तर ती गोष्ट विशेष आहे. यावरून लक्षात येते, की छोट्या-छोट्या गोष्टीही किती महत्त्वाची शिकवण देतात आणि आपला अहंकार नष्ट करतात.

मात्र, माणूस नेहमी हाच विचार करतो, समोरच्याने मला नमस्कार केला तरच मी त्याला नमस्कार करेन. याचाच अर्थ, आधी कुणीतरी पुढाकार घेतला पाहिजे मगच मी तसे करेन. हे जग अशाच माणसांनी भरलेले आहे. कारण स्वतःहून पुढाकार घ्यायला कोणीच तयार होत नाही. वास्तविक, प्रत्येकाने स्वतः पुढाकार घेणे जास्त आवश्यक आहे. येशूंनी त्यांच्या मृत्यूपूर्वी लोकांना अशा अनेक प्रकारच्या शिकवणी दिल्या आहेत.

आपला कोणता शिष्य आपल्याला दगा देणार आहे आणि आपण कसे मारले जाणार आहोत, हे येशूंना माहीत होते. म्हणून त्यांनी त्यांच्या शिष्यांना आणि अन्य लोकांना शिक्षित करून पुढे जायला प्रोत्साहन दिले.

■

१६

द लास्ट सपर

येशूंच्या वाढत्या लोकप्रियतेबरोबरच त्यांचे विरोधकही वाढत होते. येशूंची लोकप्रियता जेरूसलेमच्या मुख्य पुजाऱ्याच्या डोळ्यांत खुपत होती. एका समारंभामध्ये त्यांना येशूला सुळावर चढवण्याची इच्छा होती. पण येशूंचे शिष्य नाराज होऊन मोठा गदारोळ करतील म्हणून समारंभामध्ये त्यांनी तसे काही केले नाही. येशूंच्या बारा शिष्यांमध्ये जुडास नावाचा एक शिष्य होता. येशूंचा काटा काढण्यासाठी त्यांच्या विरोधकांनी आणि मुख्य पुजाऱ्यांनी केलेले कारस्थान त्याला माहीत होते. येशूला त्यांच्या हवाली करण्यासाठी त्याने त्या पुजाऱ्यांकडून चांदीची तीस नाणी घेतली होती. अर्थात जुडासने चांदीच्या तीस नाण्यांमध्ये त्याची निष्ठा विकून येशूला दगा देण्याचा निर्णय घेतला.

जेरूसलेममध्ये चाललेल्या समारंभाच्या पहिल्या दिवशी सर्व शिष्यांनी येशूला विचारले, ''प्रभू, पहिल्या दिवशीच्या भोजनाची व्यवस्था कुठे करू या?'' तेव्हा पीटर आणि जॉन या शिष्यांना येशू म्हणाले, ''तुम्ही शहरात जा. तिथे जाताच पाण्याचा हंडा घेऊन जाणारा एक माणूस तुम्हांला दिसेल. तो ज्या घरात जाईल त्या घरात जाऊन तिथल्या मालकाला सांगा, गुरुदेवांनी एका अतिथीगृहाची व्यवस्था करायला सांगितले आहे. तिथे त्यांना त्यांच्या शिष्यांसह समारंभाच्या पहिल्या दिवशीचं भोजन करायचं आहे.''

पीटर आणि जॉन यांनी तसेच केले. त्या घरच्या मालकाला भेटून त्यांनी अतिथीगृहामध्ये रात्रीच्या भोजनाचे आयोजन केले. येशू आणि त्यांचे बारा अनुयायी तिथे गुप्तपणे भोजन करत होते. भोजन करत असताना येशू म्हणाले, ''मी तुमच्यासमोर एक सत्य सांगणार आहे. ते म्हणजे, माझ्या बारा शिष्यांमधला एक शिष्य मला दगा देणार आहे.'' ते ऐकताच सर्व शिष्यांना धक्का बसला. मग ते सर्व जण एकापाठोपाठ एक 'मी दगा देणार नाही,' असे म्हणू लागले. जुडासही म्हणाला, ''मी दगा देणार नाही.''

पण येशूला त्याचे कारस्थान माहीत होते. सर्व शिष्य भोजन करत असताना येशूने एक पाव घेऊन त्याचे तुकडे केले आणि प्रत्येक शिष्याला त्यातला एक तुकडा देत म्हणाले, ''हे माझं शरीर आहे. याच्यासह भोजन करा.''

त्यानंतर येशूने एक पाव बशीमध्ये बुडवला आणि जुडासला दिला. मग त्यांनी एक प्याला घेऊन ईश्वराला धन्यवाद दिले आणि ते शिष्यांना म्हणाले, ''आता तुम्ही सर्व जण या चषकातून माझं रक्त प्राशन करा. अनेक लोक क्षमा प्रदान करण्यासाठी हा चषक भरत असतात, त्यामुळे पापांपासून मुक्ती मिळते. मी आत्ताच यातून फळांचा रस प्राशन करणार नाही, तर ज्या दिवशी ईश्वराच्या राज्यात जाऊन फळांच्या रसाचं प्राशन करायला मिळेल त्या दिवसाची प्रतीक्षा करेन.'' मग जुडासकडे पाहत येशू म्हणाले, ''तू जी काही योजना तयार केली आहेस ती लवकरात लवकर प्रत्यक्षात आण.'' येशूला काय म्हणायचे आहे ते अन्य कोणत्याही शिष्याला समजले नाही. येशूंच्या बोलण्याचा अर्थ फक्त जुडासलाच समजला. त्याने पावाचा तुकडा उचलला आणि कोणाच्या नकळत तो तेथून अंधारात निसटला.

त्यानंतर येशू म्हणाले, ''माझे सर्व शिष्य आज रात्रीच मला सोडून देतील.'' ते ऐकल्यावर पीटरला दुःख झाले. तो म्हणाला, ''प्रभू, सर्व जण तुम्हांला सोडून गेले तरी मी मात्र सदैव तुमच्यासोबत राहीन. तुम्ही माझ्यावर विश्वास ठेवा.'' येशूंचे अन्य अनुयायीही त्यांना असेच म्हणाले; पण सत्य, वस्तुस्थिती काय आहे, हे केवळ येशूंना माहीत होते. ते पीटरला म्हणाले, ''उद्या सकाळी कोंबडा आरवण्यापूर्वी तू मला तीन वेळा नाकारशील.'' त्यानंतर येशूने त्यांच्या शिष्यांना जागरूकतेने पहारा द्यायला सांगितले आणि ते स्वतः प्रार्थना करायला गेले. येशू प्रार्थना करून परतले तेव्हा त्यांना त्यांचे सर्व शिष्य झोपलेले आढळले.

हळूहळू सर्व शिष्यांना इतकी गाढ झोप लागली, की जणू ते त्यांचे ध्येयच विसरून गेले. येशूने त्यांना अनेकदा उठवण्याचा प्रयत्न केला; पण ते थोडेसे जागे होत आणि पुन्हा गाढ निद्रेच्या आहारी जात. असे अनेकदा झाल्यावर येशूने त्यांना उठवायचे सोडून दिले.

या घटनेचा जरा बारकाईने विचार करा. वरवर पाहता ही एक सामान्य घटना वाटते. पण त्यामागे खूप सखोल अर्थ दडलेला आहे. ज्या वेळी येशूला पकडून सुळावर चढवले जाणार होते, त्या वेळी त्या शिष्यांना जर चिंतन करण्याची सवय असती तर त्यांनी येशूला अनेक प्रश्न विचारले असते आणि त्याचा त्यांना खूप लाभही झाला असता. पण ते तसे करू शकले नाहीत. झोपेच्या आहारी गेल्यामुळे त्यांनी तो महत्त्वाचा वेळ वाया घालवला. अखेरीस शिष्यांना जागे करत येशू म्हणाले, ''आता ईश्वरपुत्राला दगा दिला जाणार आहे

आणि तुम्ही सगळे जण अजूनही झोपला आहात? चला उठा. आपल्याला दगा देणारा येतोच आहे.'' शिष्यांना उठवत असताना आपण त्यांची झोपमोड करत आहोत ही गोष्ट येशूंना खटकत होती. शिष्य म्हणाले, ''तसेही अधिकारी सकाळीच येतील. तेव्हा अजून थोडी झोप घेऊ या.'' तरीही येशू अधूनमधून शिष्यांना जागे करत होते आणि ती वेळ किती महत्त्वाची आहे हे सांगत होते. ज्याच्या मनात खरोखर १००% विश्वास असतो, त्यालाच अशा गोष्टी समजतात. शिवाय, हा विश्वास हळूहळू वाढत जातो.

या घटनेवरून काळाचे महत्त्व अधोरेखित होते. तेव्हा वेळ वाया न दवडता आपल्या गुरूंकडून जास्तीत जास्त ज्ञान प्राप्त करून घ्या आणि आयुष्यात त्याचा उपयोग करा. रिकामा वेळ नेहमी ज्ञान प्राप्त करण्यासाठीच खर्च करा.

■

१७

येशूला कैद करणे

जुडास हा येशूंचा शिष्य, तलवारी आणि शस्त्रास्त्र घेतलेला मोठा जनसमुदाय सोबत घेऊन येत होता. त्याने त्याच्यासोबत असलेल्या लोकांना सांगितले होते, ''मी ज्याचं चुंबन घेईन, तोच नाझरेथचा रहिवासी येशू असेल. त्याला कैद करा.''

जुडास येशूंच्या जवळ आला आणि म्हणाला, ''गुरुदेव, अभिनंदन!'' असे म्हणून त्याने येशूंचे चुंबन घेतले. येशू मृदू स्वरात त्याला म्हणाले, ''ज्या कामासाठी तू इथे आला आहेस ते तुझ्या योजनेप्रमाणेच पार पाड. तू ईश्वरपुत्राला दगा देतो आहेस हेच तुझं अज्ञान आहे.'' मग मुख्य पाद्र्याच्या लोकांनी पुढे होऊन येशूला कैद केले. ते पाहताच येशूंचे शिष्य क्रोधीत झाले. पीटरने तलवारीने मुख्य पाद्र्याच्या नोकराचा कान कापला. बळाचा वापर करून येशूला सोडवण्यासाठी ते येशूंची परवानगी मागत होते. पण येशूने त्याला परवानगी न देता तलवार ठेवून द्यायला सांगितले.

मग मुख्य पाद्री, मंदिराचे सुरक्षारक्षक आणि अन्य मान्यवर लोक यांना उद्देशून येशू म्हणाले, ''मला कैद करण्यासाठी तलवारी आणि हत्यारं घेतलेल्या इतक्या लोकांना आणायची काय गरज होती? मी काही कुठल्या क्रांतिकारी दलाचा नेता नाही. या मंदिराच्या परिसरात मी तुमच्यासमोर निःशस्त्र आहे. इथे कोणतीही दुर्घटना झालेली नाही. मग इतक्या लोकांची आणि हत्यारांची काय गरज होती?''

येशूला कैद केल्यावर पीटर सोडून सगळे शिष्य तिथून पळून गेले. पीटर मात्र येशूंच्या मागे-मागे जात राहिला.

येशूला मुख्य पाद्र्याकडे नेले गेले. तिथे अनेकांनी येशूंच्या विरुद्ध खोटी साक्ष दिली. त्यानंतर येशूला विचारले गेले, ''तू म्हणतोस, तू ईश्वराचा पुत्र आहेस. बोल, हे खरं आहे?'' त्यावर येशूने केवळ, 'मी आहे' म्हणजे 'I am' इतकेच उत्तर दिले.

त्या पुढे एकही शब्द न जोडता त्यांनी त्यांचे म्हणणे तिथेच संपवले. खरे म्हणजे 'मी आहे,' याचा अर्थ होता, वाह! मला माझ्या असण्याची अनुभूती प्राप्त झाली आहे. (I am is) येशू स्वतःलाच नव्हे, तर सर्वांनाच ईश्वराची लेकरे मानत होते; पण लोकांना ते समजू शकले नाही. येशू जे बोलतात ते चुकीचे आहे असेच त्यांना वाटत होते. अशा प्रकारे लोकांनी येशूंवर ईश्वरनिंदेचा आणि देशद्रोहाचा आरोप ठेवला.

ते येशूला असेही म्हणाले, ''तू तर म्हणतोस मंदिर फोडल्यावर ते तीन दिवसांत पुन्हा उभं राहील.'' खरे तर येशूने हे स्वतःच्या शरीराच्या संदर्भात सांगितले होते. त्यांच्या मृत्यूच्या तिसऱ्या दिवशी ते पुन्हा जीवंत होणार होते. पण ते न समजल्याने लोकांनी त्यांना विचारले होते, 'तीन दिवसात मंदिर उभं करण्याइतकी शक्ती तुझ्यामध्ये आहे का?'' येशू तर नवनिर्माणाविषयी विचार करत होते; पण त्यांच्यावर आरोप करणाऱ्यांना ते अजिबात समजले नाही. येशूंची उत्तरे ऐकून ते येशूंवर आणखीनच आरोप करू लागले. प्रश्न विचारताना ते म्हणत होते, ''तुला खरं बोलावं लागेल, खरं बोल. अन्य काही बोलू नकोस. फक्त सत्य काय आहे तेच सांग.'' याचा अर्थ, ज्यांची सत्य श्रवण करण्याची तयारी नव्हती, त्यांना येशूकडून सत्य ऐकायचे होते. पण येशूने जेव्हा त्यांना सत्य सांगितले तेव्हा त्यांना ते समजलेच नाही.

जरा विचार करा, तिथे येशू जर म्हणाले असते, 'डुकरांसमोर हिरे ठेवू नयेत. कारण ते नष्ट करून टाकतील,' तर लोकांना खूप राग आला असता. कारण डुक्कर आणि हिरे यांच्यात काहीच साम्य नाही, खूपच तफावत आहे. सर्वोच्च ज्ञान हे हिऱ्यांसारखे आहे आणि ते ग्रहण करण्याची शक्ती ज्यांच्याकडे नाही त्यांना ते देऊ नये. सर्वोच्च ज्ञान देण्यापूर्वी ज्याला ते द्यायचे आहे त्याची चेतना पडताळायला हवी. शिवाय, ते लोक ज्ञान समजू शकतील की नाही, याची परीक्षा घ्यायला हवी. अन्यथा, अज्ञानामुळे लोक सर्वोच्च ज्ञानही नष्ट करू शकतात. येशू तिथे अगदी याच शब्दांत बोलले नसतीलही. जे लोक त्यांना 'सत्य काय आहे?' असे विचारत होते, तेच स्वतःच्या वागण्याने सत्य नष्ट करत होते. खरे तर येशूंच्या व्यक्तिमत्त्वाचा, चेतनेचा प्रभाव तिथल्या लोकांवर पडत होता. त्यामुळे येशू जे सांगत आहेत त्यात तथ्य आहे, तेच सत्य आहे हे काही लोकांना मनात समजत होते; पण त्यांनी ते उघडपणे कबूल केले नाही. कारण असे केले तर आपण येशूंच्या बाजूने आहोत असे वाटून लोक आपल्यावरही नाराज होतील अशी भीती त्यांना वाटत होती. म्हणून त्यांनी सत्याला साथ न देण्याचा निर्णय घेतला.

काही लोकांचे बोलणे ऐकून, त्यांचे कार्य बघून, हे लोक चुकीचे असे काही करत नाहीत, असे काही लोकांना जाणवते. पण इतरांना पाहून, त्यांचे ऐकून, मोठा जमाव

त्यांच्या विरोधात आहे हे बघून ते लोकही विरोधकांमध्ये सामील होतात. येशूला विरोध करणाऱ्यांची संख्याही खूप मोठी होती. त्यामुळे ज्यांना येशूंचे म्हणणे समजत होते, तेसुद्धा इतरांच्या भीतीमुळे काही बोलू शकत नव्हते. कारण, जेव्हा विरोधकांची संख्या जास्त असते तेव्हा ते ज्याला विरोध करतात त्यांची बाजू घेतल्यावर आपल्यावरही दगडफेक होईल, अशी भीती त्यांना वाटते. त्या वेळीही नेमके असेच घडले.

येशूला तिथून नेताना त्यांचे दोन्ही हात बांधलेले होते. काही लोक येशूंवर थुंकले आणि त्यांची थट्टा केली. काहींनी येशूला थप्पड मारून विचारले, ''भविष्य सांगणाऱ्या, सांग बरं तुला कोणी थप्पड मारली?'' अशा प्रकारे तिथे उपस्थित असलेल्या सत्ताधाऱ्यांनी येशूला दोषी ठरवून मृत्युदंडाची शिक्षा ठोठावली.

त्यानंतर येशूंच्या भविष्यवाणीनुसार पीटरने येशूबरोबरच्या संबंधांना तीन वेळा नकार दिला.

मात्र, जुडासबद्दल असे सांगितले जाते, की परिस्थितीचे गांभीर्य समजल्यावर त्याला केलेल्या कृत्याचा पश्चात्तापही झाला. त्यामुळे त्याने चांदीची तीस नाणी मुख्य पाद्र्यासमोर फेकली आणि आत्महत्या केली. काही लोक म्हणतात, की त्याने स्वतःला एका झाडाला टांगून घेऊन आत्महत्या केली.

येशूला कैद करून गव्हर्नर पिलेटकडे सोपवले गेले. पिलेटने येशूंची उलटतपासणी घेतली. त्याने येशूला विचारले, ''तू यहुदींचा राजा आहेस का?'' तेव्हा येशू उत्तरले, ''तुम्हीच तर असे म्हणत आहात.'' मग पिलेट म्हणाला, ''अनेक लोकांनी तुझ्या विरुद्ध साक्ष दिली आहे. त्याबद्दल तुला काही सांगायचं आहे का?'' पण येशूने पिलेटच्या या प्रश्नाचे उत्तर दिले नाही. ते शांत बसले. येशूला मृत्युदंड द्यायचे कोणतेही सबळ कारण पिलेटला मिळाले नाही. पण तिथे जमलेल्या गर्दीमध्ये येशूविषयी इतका गैरसमज पसरला होता, की येशूला मृत्युदंड व्हावा असेच त्या सर्वांना वाटत होते.

त्या काळच्या प्रथेनुसार जमावाने निवडलेल्या कैद्याला गव्हर्नर क्षमा करत असे. येशूसोबत बरब्बास हा आणखी एक कैदीसुद्धा होता. त्याने भयंकर गुन्हा केलेला होता. गव्हर्नरने लोकांना विचारले, ''बरब्बासला सोडायचं की येशूला?'' तेव्हा येशूंच्या विरोधकांनी बरब्बासला सोडायला सांगितले. त्यामुळे येशूंची मृत्युदंडाची शिक्षा कायम राहिली.

येशूला कैद झाल्यावर येशूंच्या समर्थकांनी त्यांना 'काहीतरी चमत्कार दाखवा' असा आग्रह केला. पण येशूने कोणताही चमत्कार केला नाही. कारण सुळावर चढवल्यावर

पुनर्जीवित होण्याचा चमत्कार ते दाखवणार होते आणि तो महाचमत्कार असणार होता. पण लोकांना ते माहीत नव्हते.

एखाद्या महान आत्म्याने भूतलावर अवतार घेऊन कुकर्म करणाऱ्यांविरुद्ध आवाज उठवल्याच्या आणि भ्रष्टाचाऱ्यांना आव्हान दिल्याच्या अनेक घटना इतिहासात आढळतात. सर्व धर्मांमध्ये असे कितीतरी महान लोक आजवर होऊन गेले आहेत. पण त्यातल्या बहुतेकांना समाजाचा विरोध सहन करावा लागला. जसे, मोगल बादशाह औरंगजेबाच्या काळात तर अनेकांना काफीर म्हणून सुळावर चढवण्यात आले. त्या काळच्या भ्रष्ट, बेईमान आणि धर्मविरोधी कृत्य करणाऱ्या लोकांनी, त्यांच्या मार्गात येणाऱ्या त्या सर्वांवर असा आरोप ठेवला, की हा अल्लाहच्या विरुद्ध बोलतो आहे. याला शिक्षा द्यायलाच हवी. कारण हा काफीर आहे. खरे तर कोण काफीर आणि कोण अल्लाहचा बंदा, हे त्या लोकांना कळलेच नव्हते. कोणी त्यांना जाब विचारणारेही नव्हते. तुम्हांला खरेच काही कळते का, की तुम्ही कोणालाही काफीर म्हणता? खरे तर तुमच्यापेक्षा मोठा काफीर कोणीच असू शकत नाही. तुम्ही तर सत्य काय आहे, हे सत्यालाच विचारता आहात. सत्य समोर असूनही तुम्हांला ते दिसत नाही, तर मग तुमच्या समोर ते कसे उलगडेल?

कित्येक शीख गुरूंच्या बाबतीतही असेच घडले होते. त्यांना केवळ एक-दोन प्रश्न विचारले गेले आणि त्यांनी दिलेल्या उत्तरांच्या आधारे त्यांना काफीर ठरवून ठार मारले गेले.

सत्य आणि संरक्षण यात एकाची निवड करायची असेल तर बहुतेक लोक संरक्षणाचीच निवड करतात. त्याचप्रमाणे लाभ आणि सत्य यात एकाची निवड करायची असेल तर लोक लाभाचीच निवड करतात. तसेच जुडासने येशूंच्या म्हणजेच उच्च चेतनेच्या बदल्यात चांदीच्या तीस नाण्यांची म्हणजेच मायेच्या लाभाची निवड केली. आजकाल धर्माच्या बाबतीतही लोक असेच करतात. त्यांना वाटते, अमुक एक पार्टी आपल्यासाठी योग्य आहे, त्या पार्टीला मत दिले तर आपण सुरक्षित राहू. असे होण्याचे कारण म्हणजे लोक स्वसंरक्षणाशिवाय अन्य कशाचाच विचार करू शकत नाहीत. त्यामुळे ती पार्टी सत्याशी संबंधित आहे की नाही, हे ते जाणूनच घेत नाहीत.

मात्र, जेरूसलेममध्ये लोक हे समजू शकत होते. ते स्वसंरक्षणापलीकडे जाऊन विचार करू शकत होते. कारण त्यांच्यावर येशूंच्या बोलण्याचा परिणाम होत होता. पण अशी समज असूनही ते लोक योग्य निवड करू शकले नाहीत, योग्य निर्णय घेऊ शकले

नाहीत. कारण, त्यासाठी लागणारे सखोल ज्ञान आणि दृढता त्यांच्याकडे नव्हती. दृढता नसेल तर ज्यात आपल्या जिवाला धोका असेल असे निर्णय घेतले जात नाहीत. तशी दृढता तिथे कोणाकडेच नव्हती आणि ती निर्माण करण्याइतका वेळही नव्हता. अखेरीस तिथल्या अधिकाऱ्यांच्या बाजूने न्याय झाला आणि येशूला सुळावर चढवण्याची शिक्षा दिली गेली.

येशूनेही त्यांच्या शारीरिक हत्येच्या पापातून सर्वांना मुक्ती देत म्हटले, 'हे ईश्वरा, यांना माफ कर. ते काय करत आहेत हे त्यांना माहीत नाही.' येशूंची ही उच्चतम वक्तव्ये समजून घ्यायची असतील तर त्यासाठी येशूच व्हावे लागेल. कारण सर्वसामान्य माणूस एखाद्याची छोटीशी चूकही माफ करू शकत नाही. एखाद्याला माफ करायचे असेल तर त्यासाठीही उच्च चेतना आणि समज प्रगल्भ असणे आवश्यक असते.

■

१८

अखेरचे संकेत

माणूस ज्या चेतनेतून आयुष्यात व्यवहार करत असतो, तिचे महत्त्व सर्वाधिक असते. प्रत्येक वेळी एकाच प्रकारच्या कामातून एकसारखाच परिणाम साधला जात नाही, हे तुम्ही पाहिलेच असेल. उदाहरणार्थ, एखाद्या माणसाने दगडाला किंवा झाडाला थप्पड मारली तर त्याबद्दल त्याला उलट थप्पड खावी लागणार नाही. पण, जर त्याने एखाद्या राष्ट्राध्यक्षाला थप्पड मारली तर त्याला त्याचे गंभीर परिणाम भोगावेच लागतील. विशेषतः नकारात्मक व्यवहाराच्या बाबतीत ही गोष्ट वास्तव ठरते.

आपण जेव्हा ईश्वराशी संवाद साधू लागतो तेव्हा आपल्या लक्षात येते, की आपण जे काही करतो ते त्याच्यासोबतच करत असतो, त्याच्याकडूनच घेतो आणि त्यालाच देत असतो. परिणामी, आपला आनंद अनेक पटीने वाढलेला दिसतो. त्या काळातील लोक नकारात्मक कार्य करत असून त्यांच्यावर त्याचा काय परिणाम होत होता हे ते जाणत होते. शिवाय, जे लोक फक्त बघत आहेत, वाईट काम करत नाहीत, त्यांच्यावर काय परिणाम होणार आहे, हेदेखील येशू जाणत होते.

येशूला जेव्हा सुळावर चढवले जात होते तेव्हा तिथे असलेल्या कित्येक महिला रडत होत्या. येशूंच्या बाजूने असलेले अनेक लोक शोक करत होते. त्यांना पाहिल्यावर येशू म्हणाले, 'रडायचंच असेल तर स्वतःसाठी रडा. माझ्यासाठी रडू नका. आता तुम्ही स्वतःची चिंता करा. 'मी अशा निम्न चेतना असलेल्या लोकांपासून दूर कसं राहू, सजग कसं राहू, तुम्ही कोणत्या कर्मकांडांमध्ये अडकलेले आहात,' यावर मनन करा.' येशूला माहीत होते, सजगता, प्रगल्भता नसलेले हे लोक नंतर मार्गदर्शनासाठी कोणाकडे जातील? तर, ज्यांनी येशूला सुळावर चढवले त्या धर्माच्या ठेकेदारांकडे आणि अधिकाऱ्यांकडेच! म्हणूनच येशूने लोकांना सजग राहण्याचा संदेश दिला.

ते म्हणाले, 'हिरव्या वृक्षाची ही अवस्था आहे तर वठलेल्या शुष्क वृक्षाची अवस्था कशी असेल?' यातला हिरवा वृक्ष म्हणजे सर्वोच्च चेतना स्तर आणि सर्वोच्च दृष्टिकोण असलेले येशू. त्यांच्या बाबतीत जर असे घडत असेल तर सामान्य लोकांची अवस्था कशी असेल? इथे स्वतःला हिरव्या वृक्षाची उपमा देऊन येशू स्वतःला महान म्हणवून घेत नाहीत. तर, त्यांना लोकांना हेच सांगायचे होते, की सर्वोच्च चेतना असलेल्या व्यक्तीला अशी अवस्था सहन करावी लागत असेल तर चेतनाहीन व्यक्तींची अवस्था किती बिकट असेल! म्हणून आत्तपासूनच कार्य सुरू करा आणि निम्न चेतना असलेल्या व्यक्तींपासून दूर राहण्याचा प्रयत्न करा. ज्या लोकांना येशूंचे बोलणे समजले, त्यांनी लगेच स्वतःच्या जीवनात परिवर्तन आणण्यासाठी कार्य सुरू केले.

त्या काळात समाजामध्ये खूप गोंधळ माजलेला होता. युनानी व्यापाऱ्यांनी रोमच्या अधिकाऱ्यांशी हातमिळवणी करून जनतेची लूट चालवली होती. पंडित-पुरोहित कर्मकांडांचे महत्त्व वाढवून आपले उखळ पांढरे करत होते. पण आपण कर्मकांडांत अडकत चाललो आहोत हेच जनतेला समजत नव्हते. आपण जे कर्मकांड करतो त्यामुळे ईश्वर प्रसन्न होईल असेच त्यांना वाटत असे. त्यांच्यामध्ये समज, ग्रहणशक्ती कमी आहे हे येशूला माहीत होते. येशूला शरीरापासून मुक्ती मिळू शकत होती तर मग ती इतर लोकांनाही मिळू शकली असती. पण ते लोक ती शक्यता ओळखूच शकले नाहीत.

येशू म्हणाले, 'ज्या स्त्रिया वांझ आहेत, ज्यांना मूल झालेले नाही त्या स्त्रिया धन्य आहेत.' हे वाक्य ऐकल्यावर तुम्हांला नक्कीच अशी शंका येईल, की येशू शाप तर देत नव्हते ना? पण असे नव्हते. खरे म्हणजे ते उदाहरणातून संदेश देत असत. त्यांच्या नीतिकथांसारख्या बोलण्यामध्ये अनेक संदेश दडलेले असत.

त्यांच्या म्हणण्याचा अर्थ असा होता, ज्या स्त्रियांना मूल नाही त्या इतर स्त्रियांइतके दुःख भोगणार नाहीत, जितके एका आईला स्वतःच्या मुलाला मरताना किंवा तो गुलाम झालेले बघावे लागेल. कारण जे लोक येशूंच्या शरीराशी असा व्यवहार करू शकले ते अन्य लोकांशी किती वाईट वागतील, ही कल्पनादेखील असह्य आहे.

त्याचप्रमाणे कृष्णानेही अर्जुनाला सांगितले होते, 'तू माझा मित्र आहेस म्हणून मी तुझ्या बाजूने लढतो आहे असा गैरसमज करून घेऊ नकोस.' दुर्योधनाच्या राज्यात स्त्रिया सुरक्षित नाहीत हे कृष्णाला माहीत असल्याने त्याने अर्जुनाला साथ दिली. जिथे द्रौपदीचे वस्त्रहरण झाले तिथे कोणतीही स्त्री सुरक्षित कशी राहू शकेल? कृष्ण अर्जुनाच्या बाजूने नव्हे, तर धर्माच्या बाजूने होते आणि म्हणूनच दुर्योधनाच्या विरुद्ध उभे होते.

जोपर्यंत अशा वचनांमध्ये दडलेला अर्थ समजत नाही, तोपर्यंत त्यातून नेमके काय

सांगायचे आहे ते समजून घेता येत नाही. तुम्हांला वाटेल, येशू शाप देत आहेत; पण त्यांनी तर संदेश दिला, 'आत्तापासून तयारीला लागा. जे समजूतदार आहेत आणि ज्यांना संकेत ओळखता येतात ते लगेचच कामाला लागतील.'

येशूला सुळावर चढवण्यासाठी नेत असताना काही लोक त्यांच्यावर थुंकत होते तर काही लोक त्यांना शिव्या देत होते. तेव्हा ते म्हणाले, 'तिरस्कार करायचा असेल तर तो पापाचा करा, पाप्याचा नाही.' खरे तर येशूंच्या जीवनात पापाला थाराच नव्हता. पण लोकांना तशीच भाषा कळते म्हणून येशूने तशा पद्धतीने संदेश दिला. त्यांच्या म्हणण्याचा अर्थ असा होता, चेतनेचा स्तर कमी झाल्यानंतर जे पाप केले जाते त्या पापाचा तिरस्कार करा. इथे तिरस्कार करणे म्हणजे त्याच्यापासून दूर जाणे असा अर्थ आहे. आपण ज्याचा तिरस्कार करतो त्याच्यापासून दूर जातो. म्हणूनच येशूने पापाचा तिरस्कार करायला सांगताना पापापासून दूर राहण्याचा संदेश दिला. येशू जेव्हा असा संदेश देत होते तेव्हा काही लोक त्यांचा द्वेष व्यक्त करण्यासाठी येशूंवर आघात करून त्यांना जखमी करत होते. त्यांना वारंवार विचारत होते, 'तू तर भविष्यवाणी करतोस ना? मग आता सांग तुला कोण मारणार आहे?'

लोक येशूंवर इतके अत्याचार करत होते तरीही त्यांनी काही चमत्कार दाखवला नाही. कारण चेतनेचा स्तर खालावल्यामुळे लोक असे वागत आहेत, हे त्यांना माहीत होते. म्हणूनच त्यांनी त्यांचा निर्णय बदलला नाही आणि काहीही चमत्कार न करतादेखील मोठा चमत्कार करून दाखवला.

येशूंची चेतना इतक्या उच्च स्तरावर होती, की ते सुळावर चढत असतानाही लोकांना संदेश देत होते. असे संदेश स्पष्ट शब्दांत नसतात. काळाबरोबर त्यांचे खरे अर्थ हरवत जातात. मग त्यांचे वरवरचे अर्थ घेऊन, येशूंनी हे का सांगितले, ते का सांगितले, अशा चर्चा होतात. त्या काळी येशूने जे सांगितले होते ते आजच्या काळातही लागू होते. आपण येशूने सांगितल्याप्रमाणे चिंतन करायला हवे, मी अद्याप कुठे अडकलो आहे, मी कुठे असुरक्षित आहे, मला स्वत:ची व्यवस्था कुठे करायची आहे, मी खरा कोण आहे आणि तो खरा मी कधी, कसा अडकतो आहे? अशा प्रकारे चिंतन केल्यावरच तुम्ही या सर्वांचा लाभ घेऊ शकाल.

■

१९

आत्मबल देणारा प्रेषित

आत्मबल मजबूत असेल तरच निर्णय अढळ राहतात. आत्मबलाची परीक्षाही घेतली जात असते.

एका शहरात तीन मोठे जादूगार राहत होते. पहिल्याचे नाव होते, जादूगार ए, तो ५५ वर्षांचा होता. दुसऱ्याचे नाव होते जादूगार बी, तो ४४ वर्षांचा होता. तिसऱ्याचे नाव होते, जादूगार सी आणि तो ३३ वर्षांचा होता. या तिघांवर ईश्वराने एक महत्त्वाचे कार्य सोपवले. त्यांना तीन वेगवेगळ्या गावांमध्ये पाठवले गेले. त्यांना सांगितले गेले होते, तुम्ही अमुक एका गावात जा आणि तुमच्या जादूने तिथल्या लोकांमधला विश्वास जागृत करा. तुमची प्रत्येक जादू लोकांच्या मनात चमत्काराचे बीज पेरत जाईल. ते असे खास बीज असेल, जे अंकुरल्यावर लोक स्वतःच जादूगार बनतील.

तुम्ही केवळ १०० लोकांमध्येच ते बीज पेरायचे आहे. त्यानंतर तुम्ही तुमची जादू थांबवायची आहे. शिवाय, असाही आदेश त्यांना दिला गेला होता, त्यानंतर तुम्ही एकही जादू (शक्तीचा प्रयोग) करायची नाही.

त्या आदेशानुसार ते तिन्ही जादूगार वेगवेगळ्या गावांमध्ये गेले. तिथे त्यांनी जादू दाखवायला सुरुवात केली. त्यांनी खूप चांगली कामगिरी केली. बघता-बघता त्यांनी दिलेले उद्दिष्ट पूर्ण केले. प्रत्येकाने त्याला दिलेल्या गावांमधल्या १०० लोकांमध्ये जादूचे बीज पेरले.

दिलेले काम पूर्ण झाल्यावर जादूगार ए त्याच्या घरी जाऊन शांतपणे झोपी गेला. अचानक त्याला जाग आली, तेव्हा त्याला त्याच्या घराला आग

लागलेली दिसली. आता त्याला त्या आगीतून बाहेर पडण्याचा मार्ग दिसेना, तेव्हा त्याने जादू करून स्वतःचा जीव वाचवला.

त्याच दिवशी जादूगार बीच्या आयुष्यातही साधारण अशीच घटना घडली. त्याच्या गावात अचानक पूर आला. सगळा प्रदेश वादळात अडकला. त्याचे घर बुडायला लागले. ते पाहताच त्यानेही जादूचा प्रयोग केला आणि स्वतःचा जीव वाचवला.

ते दोघे जेव्हा त्यांची कार्ये संपवून ईश्वराकडे गेले तेव्हा त्यांना विचारले गेले, ''तुम्हांला दिलेल्या आदेशाविरुद्ध जाऊन तुम्ही जादू (शक्तीचा प्रयोग) का केली?'' तेव्हा घडलेली हकीकत सांगून ते म्हणाले, ''काय करणार परिस्थितीच इतकी वाईट होती, की जादू करण्याशिवाय पर्यायच नव्हता.''

त्या दोन्ही जादूगारांमध्ये आत्मबलाची कमतरता होती. माणूस ५५ वर्षांचा झाला की त्याला आत्मबल मिळतेच असे नाही. माणूस पंचावन्नचा असला तरी त्याचे आत्मबल बालपणी असल्यासारखे असू शकते.

लहान मुलांना चॉकलेट दाखवून विचारले, ही दोन चॉकलेट तुम्हांला उद्या मिळतील. पण आजच हवे असेल तर एकच मिळेल. आता निर्णय तुमच्या हातात आहे? तर मुले म्हणतील, 'एक द्या; पण आज. उद्यापर्यंत कोण वाट पाहणार?' मोठ्या माणसांचे आत्मबलही असेच लहान मुलांसारखे कमजोर असू शकते.

तिसऱ्या ३३ वर्षांच्या जादूगाराच्या आयुष्यातही अशीच दुर्घटना घडली. तो घरी पोहोचताच त्याच्या पायाखालची जमीन दुभंगली आणि तो त्या फटीत अडकला. त्याच्या घरावर दगडगोटे पडू लागले. पण एवढे सगळे होऊनही त्याने ईश्वराच्या आज्ञेचे पालन केले. जादू केली नाही. अर्थात त्याने त्याची आत्मबलाची जादू दाखवली. मग काही तासांत सारे काही शांत झाले आणि तो सुखरूप बाहेर आला.

या कथेतला ३३ वर्षांचा जादूगार सी हा ख्रिस्त अर्थात येशूंचे प्रतीक आहे. येशूलासुद्धा स्वतःचा मृत्यू टाळण्याची संधी होती. शक्तीचा उपयोग करून त्यांना तसे करता आले असते. पण त्यांचे आत्मबल इतके मजबूत होते, की त्यांचा निर्णय कोणीही बदलू शकले नाही.

माणसाच्या आयुष्यात त्याच्या आत्मबलाची परीक्षा घेणाऱ्या अशा अनेक घटना

घडत असतात. त्याच्यासमोर अनेक प्रलोभने येत असतात. ती प्रलोभने पाहिल्यावर त्याचे आत्मबल डळमळू लागते आणि मनाई केलेली असतानाही त्यामध्ये तो गुंतत जातो. याचाच अर्थ, 'त्याने त्याचे आत्मबल वाढवण्याची आवश्यकता आहे.'

एक माणूस जेव्हा कुणाच्या घरी जातो तेव्हा तिथे चांगले वागत असतो. एकटा असताना मात्र त्या घरातल्या चीजवस्तू चोरत असतो. एकटे असताना त्याच्यातील चोरी करण्याची वृत्ती जागी होत असते. म्हणजेच त्या माणसाचे आत्मबल कमी आहे, कमजोर आहे. कारण ते परिस्थितीप्रमाणे बदलत असते.

आपण खोटे बोललो तर अडचणीत येऊ असे जेव्हा लोकांना वाटते तेव्हा ते खरे बोलतात. पण आपले खोटे बोलणे खपून जाईल हे जेव्हा कळते तेव्हा ते एकापाठोपाठ खोटे बोलत जातात. अशा लोकांचे आत्मबल कमी असते. खोटेपणा पकडला जाण्याच्या भीतीने नाही, तर त्याने आपल्या निर्णयानुसार काम करायला हवे, यासाठी आत्मबलाची आवश्यकता असते.

जगातला एखादा माणूस जर कुठले काम करू शकत असेल, तर तुम्हीही ते काम निश्चितच करू शकता. जगातल्या अनेक लोकांनी आत्मबल प्राप्त केले आहे. त्यामुळे तुम्हीही ते निश्चितच प्राप्त करू शकता. फक्त तुम्ही त्याचे महत्त्व ओळखले पाहिजे. तुम्ही त्याला महत्त्व दिले तर तुम्हांलाही आत्मबल प्राप्त होईल.

ज्या माणसाला खरोखरीच आत्मबल मिळवायचे आहे त्याने विचार करायला हवा, 'मी जर त्या आधीच्या दोन जादूगारांच्या जागी असतो तर काय केले असते? मी स्वतःला जादू करण्यापासून थांबवू शकलो असतो का?' यावर चिंतन करा आणि काय उत्तर येते ते पाहा. जेव्हा माणसाची परीक्षा घेतली जाते तेव्हाच त्याच्या आत्मबलाची स्थिती काय आहे हे समजते. समजा, तुम्हांला एक कुकर्म करण्याची सुसंधी आहे. त्यात तुम्हांला कोणीही पकडणार नाही. पण तरीही, तुम्ही ते काम केले नाही, तुमचा निर्णय बदलला नाही, तर तुम्ही आत्मबलाच्या परीक्षेत उत्तीर्ण झाला आहात, असे समजा.

आत्मबल प्राप्त केल्यावर तुमच्या आयुष्याला योग्य वळण मिळेल. मग तुम्ही कोणतेही ध्येय साध्य करण्यासाठी सक्षम ठराल. म्हणून, आधी आत्मबल वाढवण्याचे ध्येय बाळगा.

■

२०

सुळावर आत्मबलाचे प्रदर्शन

येशूला सुळावर चढवले जात असताना तिथे जमलेल्या लोकांना वाटत होते, की आता येशू काहीतरी चमत्कार करतील आणि सुळावरून खाली उतरतील. पण तसे काहीच झाले नाही. लोकांना ज्या प्रकारच्या चमत्काराची अपेक्षा होती तो चमत्कार झालाच नाही. त्यामुळे त्यांना अन्यही चमत्कार दिसला नाही आणि समजलाही नाही. खरे तर येशूने चमत्कार न केल्यामुळे एक वेगळाच चमत्कार झाला होता. लोकांच्या दृष्टीने ज्याला चमत्कार म्हणता येईल असे त्यांनी स्वत:च्या उद्देशासाठी काहीही केले नाही. येशूने लोकांना अशीही एक शिकवण दिली होती, शक्तीचा उपयोग कधीही आपल्या ध्येयाविरुद्ध करू नये. कारण बीजातून अंकुर फुटण्यासाठी आधी त्याला जमिनीत रुजावे लागते, मरावे लागते. जीवन मिळवण्यासाठी आधी ते गमवावे लागते, हे येशूला पक्के ठाऊक होते.

लोक म्हणतात, येशूने सुळावर चढताना काहीच चमत्कार केला नाही. पण खरा चमत्कार कशाला समजायचे, हा मुख्य प्रश्न आहे. माणूस ईश्वराची इच्छा पूर्ण करतो तो चमत्कार, की ईश्वर माणसाची इच्छा पूर्ण करतो, तो चमत्कार? खरे तर ईश्वर त्याच्या लेकरांच्या इच्छा पूर्ण करतच असतो. माणसाला जेव्हा त्याच्या आयुष्याचे ध्येय समजते आणि त्याची चेतना उंचावत जाते तेव्हा तो म्हणतो, 'माझ्या पित्याची इच्छा पूर्ण होवो. माझं शरीर जर सुळावर लटकत असेल तर ते माझ्या पित्याच्या इच्छेशिवाय होणार नाही. त्यामुळे त्याची जी इच्छा आहे ती पूर्ण व्हावी. दाय विल बी डन.' हा आत्मबलाचा खरा चमत्कार आहे. येशूने तो चमत्कार दाखवला. पण लोकांना तो समजू शकला नाही. ही बाब समजण्यासाठी सखोल विचाराची, गहन मननाची गरज आहे आणि तो सर्वांना करता यायला हवा.

चमत्कार पाहणारे नेत्र हरवले आहेत

प्रत्येक बालकाला उपजतच चमत्कार पाहू शकणारे नेत्र लाभलेले असतात. पण आपण ते नेत्र गमावून बसलो आहोत, कारण आता आपण बालक राहिलो नाही. जसजसे वय वाढत जाते तसतसे आपल्याला वाटणारे चमत्कार कमी होऊ लागतात. हो ना? लहानपणी एखादी मुंगी पाहिली, तर ती कुठे जाते, खाद्य कुठून आणते, रस्त्यात दुसरी मुंगी भेटल्यावर त्या दोघी काय बोलत असतील, मुंगीला भूक लागते म्हणजे तिलासुद्धा जीवन आहे का, ती श्वास घेत असेल का, इत्यादी प्रश्न जाणून घेण्यासाठी आपण तिच्या मागे-मागे जात असतो. त्या वयात हा सगळा चमत्कारच वाटत असतो. पण आज मुंगीला पाहिल्यावर तो चमत्कार जाणवेल का? नाही. कारण आज आपण, 'मला सगळं माहीत आहे', या अवस्थेत आहोत. कोणी म्हणाले, 'बघ, उगवत्या सूर्याचा रंग कसा आहे?' तर तुम्ही म्हणाल, 'हो, मला माहीत आहे. त्यात काय नवीन? सूर्य तर रोजच उगवतो.'

आज माणूस जे काही बघतो त्याविषयी असेच बोलतो, हे मला माहीत आहे... ते ठाऊक आहे... आता काहीच नवे वाटत नाही... कोणाविषयी मनात काही भाव निर्माण होत नाही. पण बालकांच्या डोळ्यांत किती चमक असते. कारण त्याला प्रत्येक गोष्ट ही चमत्कारच वाटत असते. हीच गोष्ट आपण एका अन्य उदाहरणातून समजून घेऊ.

एक शिकारी होता. एकदा तो त्याचा एक मित्र आणि कुत्र्यासह शिकारीला गेला. जंगलात गेल्यावर त्याने उंच उडणाऱ्या एका पक्ष्यावर नेम धरला आणि गोळी झाडली. त्यानंतर तो पक्षी जवळच्याच एका नदीत पडला. कुत्रा धावत गेला आणि नदीतून तो मेलेला पक्षी घेऊन आला. ते पाहताच मित्र म्हणाला, ''काय हा चमत्कार!'' खरे तर त्याने शिकाऱ्याने साधलेल्या नेमाऐवजी पाण्यावर चालणाऱ्या कुत्र्याला पाहिले, त्यालाच चमत्कार मानले होते. शिकारी म्हणाला, ''पाहिलास माझा चमत्कार? मी किती उंच उडणाऱ्या पक्ष्यावर नेम साधला.'' ते ऐकताच मित्र म्हणाला, ''ते ठीक आहे. पण खरा चमत्कार म्हणजे तुझा कुत्रा पाण्यावर चालत गेला!'' तेव्हा शिकारी अगदी सहजतेने म्हणाला, ''हो, कारण त्या बिचाऱ्याला पोहता येत नाही ना!'' विचार करा, शिकाऱ्याने काय पाहायचे होते आणि त्याने काय पाहिले!

तात्पर्य, लोकांना असे चमत्कार पाहायला मिळाले तरी त्यांना ती सामान्य गोष्ट वाटते. कारण लोकांची चमत्कारांचीही एक वेगळी कल्पना असते. एखादी चमत्कृतिपूर्ण घटनासुद्धा त्यांच्या चमत्काराच्या कल्पनेप्रमाणे नसेल तर त्यांना तो चमत्कार वाटत नाही. मात्र, ज्यातून आपोआप कामे पूर्ण होतात असे चमत्कार लोकांना हवे असतात. खरे तर आपल्या आसपास सतत अनेक चमत्कार होत असतात. पण ते लोकांना दिसत नाहीत, कारण ते चमत्कार बघणारे नेत्र गमावून बसले आहेत.

आपल्याभोवती आश्चर्य वाटाव्या अशा अनेक घटना घडत असतात. पण त्या पाहून आपल्याला आश्चर्य वाटत नाही. लोक खूप लवकर म्हातारे होतात. १५... २०... २५व्या वर्षीच त्यांचे आश्चर्य वाटणारे नेत्र काम करेनासे होतात. पुन्हा जेव्हा त्यांना सत्य पाहणारे नेत्र गवसतात तेव्हा सगळीकडे आश्चर्य दिसू लागते.

येशू हे 'चमत्कारी येशू'च्या रूपातही लोकांसमोर आले होते. त्यांनी विविध चमत्कार केले. येशू लोकांना सांगत, 'जर तू बरा होशील असा तुला विश्वास वाटत असेल तर तू बरा होशीलच, यात शंका नाही. स्वतःच्या विश्वासावर विश्वास ठेव.' येशूकडे अनेक आजारी लोक येत असत. त्यातल्या एखाद्याला विश्वास वाटत नसेल तर येशू त्याला कोणताही चमत्कार दाखवत नसत. येशूने त्यांच्या गल्लीतल्या लोकांना काहीही चमत्कार दाखवले नाहीत. जिथे लोकांच्या मनात विश्वास जागृत झाला होता तिथेच त्यांनी चमत्कार दाखवले. जिथे माणसाच्या मनात विश्वास जागतो, प्रकट होतो, तिथेच चमत्कार घडत असतात. येशूंच्या केवळ स्पर्शाने अनेकांचे आजार बरे झाले. इतकेच नव्हे, तर येशूने मृत व्यक्तींनाही जीवदान दिले. अर्थात, ज्यांची चेतना हरवली होती त्यांच्यात पुन्हा चेतना जागवली.

चमत्कारी येशूने अंधांना दृष्टी दिली. त्यांनी अनेक चमत्कार केले. पण जेव्हा त्यांना सुळावर चढवले जात होते तेव्हा लोक म्हणाले, 'इतके चमत्कार करणारा हा प्रेषित, आता स्वतःला वाचवण्यासाठी काही चमत्कार का करत नाही?' पण जरा विचार करा, स्वतःला वाचवण्यासाठी काहीही चमत्कार न करणे, हासुद्धा एक चमत्कारच नाही का? हा चमत्कार आहे, आत्मबलाचा!

येशू ईश्वराला म्हणतात, Thy will be done 'तुझी इच्छा पूर्ण होवो.' लोकांसाठी मात्र चमत्काराची कल्पना वेगळीच असते. त्यांच्या कल्पनेप्रमाणे असेल तोच त्यांच्यासाठी चमत्कार ठरतो. म्हणजे, माझ्या मनात जे आहे, ते झाले तर चमत्कार. नाहीतर कसला चमत्कार? म्हणूनच चमत्कार पाहणारे ते नेत्र पुन्हा आपल्याला मिळायला हवेत. आपण

पुन्हा ती बाल्यावस्था अनुभवायला हवी. मुले सतत त्या अवस्थेचा अनुभव घेत असतात. पण ती दोन-अडीच वर्षांची झाली की त्यांचे मन आकार घेऊ लागते. आणि मग त्यांचा मूळ अनुभव झाकला जातो, बंद होतो. जेव्हा त्यांच्यामध्ये 'मी' अर्थात अहंभाव जागृत होतो तेव्हा ते स्वतःला शरीराशी जोडून बघतात. मग त्यांच्यासाठी शरीरच महत्त्वाचे होते. आता आपण उलट प्रवास करायचा आहे. पुन्हा एकदा शरीरापलीकडे जाऊन बालकाच्या मानसिकतेतून स्वानुभव घ्यायचा आहे, जो प्रखर असतो.

■

२१

नेहमी आत्मबलाच्या माध्यमातून शक्तीचा उपयोग करा

येशू अखेरच्या क्षणापर्यंत त्यांच्या निर्णयावर दृढ राहिले. लोक वारंवार त्यांना चमत्कार दाखवायला सांगत होते. पण सुळावर चढल्यावर लोकांना अपेक्षित असा कोणताही चमत्कार त्यांनी केला नाही. कारण आपल्या शक्तीचा उपयोग करून निसर्गाचे नियम त्यांना बदलायचे नव्हते. त्यांनी सहजतेने मृत्यूचा स्वीकार केला होता. त्यामुळे मृत्यूही त्यांचा निर्णय बदलू शकला नाही. हाच त्यांच्या आत्मबलाच्या शक्तीचा महिमा होता.

लोकांना त्यांच्या आवश्यकतेनुसार शक्ती प्राप्त करून घ्यायला सांगितली जाते. उदाहरणार्थ, युवकांना त्यांच्यातील गुण विकसित करून शक्ती आणि बुद्धी वाढवण्यासाठी प्रेरित केले जाते, कारण ती काळाची गरज आहे. एखाद्या युवकावर काही जबाबदारी नसेल, तो कमावता नसेल, तर त्याला शक्तीची, योग्यता प्राप्त करून घेण्याची आवश्यकता असते. कारण भौतिक व्यवहारांमध्ये शक्तीची आवश्यकता असते. पण युवकांना शक्ती मिळवण्यासह ती सांभाळण्याची, आत्मबलासह त्याचा सदुपयोग करण्याची आणि त्या शक्तीचा उपयोग आपल्या ध्येयाच्या विरुद्ध न करण्याची शिकवणही दिली गेली पाहिजे.

येशूंचे बलिदान म्हणजे प्रेमाचे दुसरे रूपच

येशूकडे शक्ती होती; पण त्यांना त्यांच्या जीवनाचे ध्येयही स्पष्टपणे माहीत होते. ते ध्येय म्हणजे मृत्यू किंवा बलिदान. बलिदान हे प्रेमाहून वेगळे नसते; तर ते प्रेमाचेच दुसरे रूप असते. जणू दोन्ही एकाच नाण्याच्या दोन बाजू! प्रेमाने आणि तेजप्रेमाने भारलेल्या उच्चतम विकसित समाजामध्ये बलिदान ही एक सहज साध्य होणारी गोष्ट आहे. अन्यथा,

कुठल्याही गोष्टीचा त्याग करणे ही काही सोपी गोष्ट नाही. युवा पिढीसाठी हा एक बोध आहे. येशूंच्या हृदयामध्ये उच्च स्तरावरचे तेजप्रेम होते. म्हणूनच ते समाजासाठी बलिदान करू शकले आणि पुन्हा जीवंत झाले.

आज माणूस नकळतच शक्तीला जास्त महत्त्व देऊ लागला आहे. तुमच्यात सजगता आली तर तुम्ही स्वत:लाच प्रश्न विचारू शकाल, शक्ती प्राप्त झाल्यावर माझे ध्येय तर बदलले नाही ना? माझी प्रार्थना तर बदलली नाही ना? आजही मी माझ्या ध्येयासाठीच प्रार्थना करतोय ना? माणूस स्वत:ला असे प्रश्न विचारत नसेल तर त्याला शक्ती प्राप्त होताच तो त्याच्या ध्येयापासून दूर जाण्याची किंवा ध्येय विसरून जाण्याची शक्यता अधिक असते.

एखादा माणूस प्रार्थना करतो, मी प्रेम, आनंद आणि शांतिपूर्ण जीवन निर्माण करेन. त्याचा लाभ मी तर घेईनच; पण माझ्या सहवासात असलेल्या इतरांनाही तो देईन. त्याच्या जीवनाचे इतके सुंदर ध्येय असते. पण त्याला शक्ती प्राप्त होताच तो बेपर्वाईने वागू लागतो. मग त्याच्या बेपर्वाईमुळे त्याच्या सभोवतालच्या लोकांचेही नुकसान होऊ लागते. त्यानंतर त्या माणसाकडून अनेक चुका होऊ लागतात. मग आयुष्यात जेव्हा जोरदार फटका बसतो तेव्हा तो भानावर येतो. मात्र, ज्यांना वेळेवर भान येत नाही त्यांची अवस्था फारच बिकट होत जाते. जसे, राजकारणात काही चांगल्या लोकांनीही प्रवेश केला होता. पण कालांतराने ते अन्य राजकारण्यांप्रमाणेच चुकीची कामे करू लागले. तसेच या शक्तीच्या खेळामध्ये (पॉवर गेममध्ये) मुळात वाईट नसलेला माणूसही वाईट होत जातो. याचे कारण तो त्याची शक्ती सांभाळू शकत नाही.

जगात, अनेक डॉक्टर आणि समुपदेशक लोकांची दु:खे आणि आजार दूर करत आहेत. त्यांनीसुद्धा, माणूस केव्हा पथभ्रष्ट होतो हे समजून घेणे आवश्यक आहे. माणूस जेव्हा अशा प्रकारचे काम करू लागतो तेव्हा त्याला लोकांची मानसिकता समजू लागते. दुसऱ्याला मार्गदर्शन करणारा, समुपदेशन करणारा माणूस स्वत: पथभ्रष्ट असून चालणार नाही. शक्ती प्राप्त झाल्यावर ठरवलेले ध्येय त्याने विसरता कामा नये. कारण शक्ती प्राप्त झाल्यावर त्याला अनेक प्रकारचे लोक भेटतात आणि विविध प्रलोभने देत राहतात. अशा वेळी त्याने अन्य कुणाच्या प्रभावाखाली येऊन स्वत:चा निर्णय बदलू नये. त्यासाठी अन्य कोणी माझा निर्णय बदलू शकणार नाही, यावर त्याने ठाम राहिले पाहिजे.

एखादा ग्राहक जेव्हा दुकानदाराला विचारतो, 'अमुक वस्तूची किंमत काय आहे?' तेव्हा ग्राहकाला त्या वस्तूच्या किमतीचा अंदाज आहे, असे वाटले तर दुकानदार त्याला योग्य किंमत सांगेल. नाहीतर मूळ किमतीपेक्षा जास्त किंमत सांगून तो ग्राहकाला फसवेल.

इथे ग्राहकाला बघून किंमत ठरवली जाते. म्हणजे इथे फक्त माणूस बदलतो. मग जिथे माणूस बदलल्यावर किंमत बदलते तिथे माणूस पथभ्रष्ट होण्याची शक्यता जास्त असते. अर्थात तो उंची तर गाठतो; पण पुन्हा खाली येण्याची दाट शक्यता असते.

येशूंच्या अखेरच्या काळाविषयी वाचल्यावर, आपल्या शक्तीचा उपयोग कधीही आपल्या ध्येयाविरुद्ध करू नये, हे समजेल. तेव्हाच येशूंच्या बलिदानाचा उद्देश सफल होईल. आता तुमच्या जीवनात कधीही अशी एखादी वेळ आली तर या गोष्टी तुम्हांला त्वरित आठवतील आणि तुम्ही तुमचा निर्णय न बदलता त्या निर्णयावर अटळ राहाल. कारण तेव्हा तुम्हांला समजेल, ही नकारात्मक परिस्थिती किंवा समस्या नसून आपल्याला आत्मबल वाढवण्याची संधी आहे.

प्रत्येक माणसामध्ये आनंदी समाज (महानिर्माण) निर्माण करण्याची शक्ती असते. पण त्याविषयी स्वत:मध्ये विश्वास जागृत होण्यासाठी आधी त्याने काही लहान निर्माणकार्ये पूर्ण करायला हवीत. प्रत्येक माणसाला त्याचे हे ध्येय समजून घेता आले, त्यासाठी तो कार्य करू लागला तर त्याला हवी असलेली प्रत्येक सुविधा आपोआपच त्याच्या जीवनात येईल. मग अन्य कोणत्याही सुखसुविधेसाठी त्याला प्रार्थना करावी लागणार नाही. कारण त्या सर्व त्याला बोनस म्हणून मिळत राहतील.

■

२२

सूळ की समाधी ?

आजच्या काळात तुरुंगात असलेल्या हिंस्त्र कैद्यांना कठोर वागणूक दिली जाते. त्यांच्या हातापायांत बेड्या अडकवून अन्य हिंस्त्र कैद्यांबरोबर त्यांना ठेवले जाते. पण एखाद्या राजकीय नेत्याला कैद झाली तर त्याला सन्मानाची वागणूक दिली जाते. त्याला सर्व सुविधा दिल्या जातात. एवढेच काय; पण तुरुंगात त्याच्यासाठी टीव्ही आणि मोबाईल फोनचीही सोय केली जाते. त्या काळीही अशीच पद्धत होती. त्यामुळे जे लोक येशूंच्या विरोधात होते त्यांनी जाणूनबुजून येशूला काही हिंस्त्र कैद्यांबरोबर ठेवले. येशू खूप मोठा गुन्हेगार आहे असे लोकांना वाटावे, हा त्यामागचा उद्देश! येशूबरोबर असणाऱ्या दोन कैद्यांनी अनेकांचे खून केले होते. त्यामुळे त्यांनाही सुळावर चढवण्यात येणार होते.

येशूंच्या खांद्यावर क्रॉस देऊन जेव्हा त्यांना सुळावर चढवण्यासाठी नेण्यात येत होते, तेव्हा ते दोन कैदीही त्यांचे क्रॉस घेऊन जात होते. ते उत्सव, समारंभाचे दिवस असल्याने रस्त्यांवर खूप गर्दी होती. त्यांना पाहताच लोकांनी एकमेकांना विचारले, 'काय चालले आहे? काय होत आहे?' मग प्रत्येक जण आपापला अंदाज बांधू लागला. काही वेळाने जेव्हा लोकांना समजले, की येशूला सुळावर चढवण्यासाठी नेत आहेत, तेव्हा तिथे खूपच गोंधळ माजला. काही लोक येशूंची ती अवस्था पाहून रडू लागले. रडणाऱ्या लोकांना पाहून येशू म्हणाले, 'रडायचं असेल तर स्वत:साठी रडा.' येशू त्या अवस्थेतही लोकांना शिकवण देऊ शकत होते. पण येशूला समजून न घेतल्याने लोकांनी स्वत:चे नुकसान करून घेतले आणि सर्वोच्च अवस्थेपासून ते वंचित राहिले. लोकांना संदेश देत-देतच ते सूळस्थानी पोहोचले.

तेथे दोन कैद्यांमधला एक कैदी येशूला ओळखतही नव्हता आणि मानतही नव्हता. बरेचदा लोक समोरच्याची प्रशंसा करतात, ती स्वार्थ साधण्यासाठी! तो कैदी

येशूला म्हणाला, ''आम्ही तुझ्याबद्दल बरंच काही ऐकलं आहे. तू असा आहेस, तसा आहेस, ईश्वराचा पुत्र आहेस, ईश्वर तुझं ऐकतो, तू बरेच चमत्कारही केले आहेस. मग आता तू स्वतःला वाचव आणि आम्हांलाही वाचव.'' पण येशूने तसे काहीच न केल्याने त्या कैद्याला खूप राग आला होता. रागाच्या भरात तो येशूला म्हणाला, ''कुठे गेली तुझी शक्ती? तुझ्याकडे खरंच जर काही शक्ती असेल तर आम्हांला वाचवून दाखव...''

पहिला कैदी तर सुळावर जाण्याच्या कल्पनेनेच घाबरला होता. पण दुसरा कैदी त्या वेळी चिंतन करत होता. त्याने पहिल्या कैद्याला शांत करत म्हटले, ''तू स्वतःची तुलना येशूबरोबर कशी करू शकतोस? आपल्याला तर आपण केलेल्या गुन्ह्यांसाठी सुळावर चढवले जाणार आहे. तसंही आपण अनेकांची हत्या केलेली आहे. पण येशू इथे असण्याचं कारण अगदी वेगळं आहे. ते नेहमी इतरांसाठी जगत होते आणि तू त्यांचीच निंदा करतो आहेस? या क्षणी तू स्वतःचा विचार करावास, हे बरं.'' एवढे बोलून तो कैदी येशूकडे वळून म्हणाला, ''मी तुमच्याबद्दल बरंच काही ऐकलं आहे. अनेक लोक तुम्हांला मानतात. जेव्हा तुमचं राज्य येईल तेव्हा कृपा करून मला बोलवा.'' ते ऐकताच येशू म्हणाले, ''मी तुला वचन देतो, की तू आजपासूनच माझ्यासोबत, ईश्वराच्या राज्यातच असशील.''

येशूसह सुळावर चढवलेले ते दोन कैदी, परस्परांहून किती भिन्न होते! दोघांमध्ये जमीन-अस्मानाचा फरक होता. एकाला सांगितले गेले, तो आजपासूनच येशूसोबत असेल; तर दुसरा येशूलाच शिव्या देत होता. पहिल्या कैद्याने सुळावर जायला नकार दिला, तर दुसऱ्या कैद्याने सुळाचा स्वीकार केला आणि येशूला साथ दिली. त्याला मृत्यूचे कोणतेही भय नव्हते.

सुळावर चढवण्यासाठी कैद्याच्या शरीरात खिळे ठोकले जात असत, पोटात भाले खुपसले जात असत आणि त्याच्या डोक्यावर काटेरी मुकुट ठेवला जात असे. तुम्ही मृत्यूविषयी जाणत असाल; पण मृत्युदंड देण्याची अशी अघोरी पद्धत तुम्हांला माहीत नसेल. येशूलाही अशाच अघोरी पद्धतीने सुळावर चढवले गेले. तरीही, ज्यांनी येशूला सुळावर चढवले त्यांनादेखील येशूने माफ केले, ते म्हणाले, 'हे ईश्वरा, यांना माफ कर. ते काय करत आहेत हे त्यांनाच माहीत नाही.' जरा विचार करा, चेतनेच्या कोणत्या स्तरावर असल्याने येशूने त्यांना माफ केले असेल? आणि जर येशूने त्यांना माफ केले नसते तर काय झाले असते? खरे तर याची कल्पना करणेही कठीण आहे. कारण जे होत नाही ते लोक समजू शकत नाही. काही घडल्यानंतरच

ते जाणता येते. येशूंच्या शब्दांमध्ये शक्ती होती. त्यांनी जे वाक्य उच्चारले त्यामुळे लोकांचा अनेक गोष्टींशी होणारा संघर्ष टळला. यावरून तुमच्या लक्षात येईल, की सर्वोच्च चेतनेच्या अवस्थेत बोललेल्या शब्दांचे महत्त्व किती मोठे असते!

एखाद्या सामान्य माणसाला सुळावर चढवायची शिक्षा दिली गेली तर तो सगळ्या जगाला शिव्याशाप देत राहील. पण, येशूला सुळावर चढवण्यात आले तेव्हा त्यांनी कोणालाही शाप दिला नाही. त्या वेळी ते स्वानुभवातून स्वतःच्या शरीराकडे बघत होते. या गोष्टी कधी पुढे आल्या नाहीत. कारण समाधी म्हणजे काय, आपल्या अस्तित्वाचा अनुभव म्हणजे काय, हे लोकांना माहीत नव्हते. मग अशा लोकांना येशूंचे म्हणणे कसे समजणार? तुम्हांला जर येशूला समजून घ्यायचे असेल तर आधी स्वानुभव म्हणजे काय हे जाणून घ्यायला हवे. शरीर सुळावर लटकलेले असतानाही येशूंच्या मनात तिरस्कार, द्वेष, ईर्षा असे नकारात्मक भाव निर्माण झाले नाहीत, त्यांचा अहंकारही दुखावला गेला नाही. पुढे काय होईल, अशी भीती त्यांना वाटली नाही. आपण यहुदींचा राजा व्हावे आणि लोकांनी आपले आदेश मानावेत, अशी लालसाही त्यांच्या मनात उत्पन्न झाली नाही. कारण, प्रभूचे राज्य आपण सोडणार नाही याचा त्यांना पूर्ण विश्वास होता.

येशूने सुळावरही समाधीचा अनुभव घेतला. संत ज्ञानेश्वरांनी आपल्या शरीराचा त्याग करून सदेह समाधीचा अनुभव घेतला. येशू आणि संत ज्ञानेश्वर यांच्या मनोशरीरयंत्रांनी वेगवेगळ्या प्रकारची अभिव्यक्ती केली. दोघेही अनुभव घेत होते. मात्र त्यांची पद्धत वेगळी होती. लोकांना वाटते, याचा सत्याशी किंवा अनुभव घेण्याशी काही संबंध नाही; पण तसे नाही. लोक ते स्पष्टपणे पाहू शकत नाहीत आणि समजून घेऊ शकत नाहीत, म्हणून त्यांना तसे वाटते. खरे तर प्रत्येक शरीर वेगवेगळ्या पद्धतीने ईश्वराचीच अभिव्यक्ती करत असते. उदाहरणार्थ, भक्त प्रल्हादाने मोठेपणी राज्य सांभाळले. वास्तवात असे करून त्याने समाधीच घेतली होती. त्याच्या शरीरात काही गोष्टी भक्तीने आल्या, काही ज्ञानाने आल्या, तर काही विश्वासाच्या चमत्कारामुळे आल्या. याचाच अर्थ, पद्धत वेगवेगळी असली तरी या सर्वांचे ध्येय एकच होते.

अखेर सुळावर चढवल्यावर येशूंच्या शरीराचा अंत झाला. त्या वेळी तिथे अचानक विजांचा कडकडाट सुरू झाला आणि भयंकर वादळासह मुसळधार पाऊस सुरू झाला. ते पाहताच लोकांनी त्यात दडलेला संकेत ओळखला आणि येशू 'खरे ईश्वरपुत्र होते' हे अनेकांनी मान्य केले. बरेचदा असे होते, मनुष्य जीवंत असताना त्याची ओळख पटत नाही; पण त्याचा मृत्यू झाल्यानंतरच त्याच्यावर विश्वास ठेवला जातो.

येशूला सुळावर चढवण्याच्या घटनेकडे तुम्ही कोणत्या दृष्टिकोणातून पाहता? आपण असे मानतो, की त्या वेळच्या लोकांचा चेतनेचा स्तर खालावलेला असल्याने त्यांना येशूंचे म्हणणे समजू शकले नाही. म्हणून त्यांना सुळावर चढवले गेले. पण आजच्या लोकांची चेतना कशी आहे आणि ते काय करत आहेत? त्या काळी शरीर सुळावर चढवले गेले होते. पण आजच्या काळात अनेक वेगवेगळ्या गोष्टी सुळावर चढवल्या जात आहेत, त्याचे काय? विशेष म्हणजे लोकांना त्याचे भान नाही, त्याची जाणीवही नाही. त्यामुळे ते थांबवण्याचाही कोणी प्रयत्न करत नाही. ज्या गोष्टींची जाणीव होते त्यांच्यासाठी किमान प्रार्थना करून त्या थांबवण्याचे प्रयत्न केले जातात. जर आपल्यामध्ये येशूंचा जन्म व्हावा, ते पुन्हा जीवंत व्हावेत, असे तुम्हांला वाटत असेल, तर तुम्ही आजपासूनच येशूंची शिकवण अमलात आणा. त्यानुसार जीवन जगायला सुरुवात करा. अज्ञानामुळे त्यांची शिकवण सुळावर चढवू नका.

येशूंचे बलिदान

येशूने सुळावर चढून समाजासाठी बलिदान केले. काय कारण होते त्यांच्या बलिदानाचे? ते होते, त्यांचे स्वर्गस्थ पिता. येशू म्हणाले होते, 'मी माझ्या फादरसाठी हे बलिदान करतो आहे. माझ्या स्वर्गातल्या पित्याला हेच हवे आहे. म्हणून 'दाय विल बी डन– त्यांची इच्छा पूर्ण होवो.'

येशूने जेव्हा सुळावर चढून बलिदान दिले तेव्हा लोकांसाठी त्यांनी कोणती गोष्ट जीवंत केली? त्यांनी लोकांच्या मनात प्रभूविषयीचे प्रेम जीवंत केले.

लोकांच्या मनात प्रश्न निर्माण होतो, इतके आत्मबल येशूकडे कुठून आले? ते बलिदान कसे देऊ शकले? या प्रश्नांची उत्तरे मिळवण्याआधी बलिदान म्हणजे नक्की काय, हे जाणून घेतले पाहिजे.

ज्याच्यासाठी बलिदान द्यावे असे कोणी आपल्या आसपास असेल तर त्यासाठी अवश्य बलिदान दिले जावे. अथवा तुमच्याकडे मानवहितासाठी असे काही उच्च ध्येय असायला हवे, ज्यासाठी तुम्हांला बलिदान देण्याची आवश्यकता भासेल.

मात्र, सर्वसामान्य माणसांच्या आयुष्यात तर बलिदान हा शब्दही येत नाही. कित्येक वेळा, काही नात्यांमध्ये माणूस प्रेमाचे बलिदान देतो. काही लोक तर सिनेमातील एखाद्या पात्राला बलिदान देताना पाहूनही भावनाविवश होतात. पण, आपल्या आयुष्यातही हे शक्य आहे का, असा विचार त्यांच्या मनात डोकावत नाही. माझ्या जीवनात बलिदानाचे महत्त्व काय असेल? माझ्या जीवनाचा अर्थ काय आहे? यावर प्रत्येकाने स्वतंत्रपणे मनन, चिंतन करायला हवे.

आपण इतरांसाठी काही गोष्टींचा त्याग सहजतेने करू शकतो का? अगदी सहजपणे 'जाऊ दे' म्हणू शकतो का? दुसऱ्यांसाठी काय सोडू शकतो? या प्रश्नांच्या उत्तरांमधून आपण जीवनाविषयी काय विचार केला आहे, जीवनाला किती प्रमाणात ओळखले आहे आणि पुढे आपल्या आयुष्याचे स्वरूप काय असेल, हे समजते.

येशूंच्या चरित्राद्वारे बलिदानाचे महत्त्व समजून घेऊन आपल्या लोकांसाठी काय करता येईल, याचा विचार अवश्य करायला हवा.

■

खंड ५

येशूंचे पुनरुत्थान

२३

जीवनानंतरचे जीवन

प्राचीन काळी इजिप्तमधले लोक मृत व्यक्तींना पिरॅमिड्समध्ये ममीच्या रूपात जतन करून ठेवत असत. त्याचप्रमाणे त्या काळचे रोममधले लोकही स्वत:साठी आणि कुटुंबीयांसाठी एखाद्या चांगल्या ठिकाणी आपल्या कबरींची जीवंत असतानाच व्यवस्था करून ठेवत असत. येशूंच्या एका श्रीमंत अनुयायाने स्वत:साठी अशीच सोय करून ठेवली होती. येशूंच्या शिष्यांनी त्याच्याशी चर्चा करून त्याची कबर ताब्यात घेतली आणि त्यामध्ये येशूंचा मृतदेह ठेवला. कारण, मी तिसऱ्या दिवशी पुन्हा जीवंत होणार आहे, असे येशूने त्यांच्या शिष्यांना आधीच सांगून ठेवलेले होते. रोमच्या अधिकाऱ्यांना जेव्हा येशूंची ती भविष्यवाणी समजली तेव्हा त्यांनी येशूंच्या कबरीवर पहारा ठेवला. येशूंचे शिष्य काहीतरी करतील आणि त्यामुळे येशू पुन्हा जीवंत होतील, अशी भीती त्यांना वाटत होती.

त्यानंतरच्या रविवारी एक स्त्री येशूंच्या शिष्यांकडे गेली आणि म्हणाली, ''मी माझ्या दोन मैत्रिणींसह येशूंच्या कबरीवर अत्तर शिंपडायला गेले होते. तेव्हा ती कबर एका छोट्या गुहेच्या आत असून तिच्यावरचा दगड हललेला होता आणि कबरीचे दारही उघडलेले होते. त्या वेळी मी तिथे दोन देवदूतांनाही पाहिले. ते म्हणाले, 'मेलेल्या लोकांमध्ये जीवंत व्यक्तीला का शोधत आहेस?' ते ऐकताच मी माझ्या मैत्रिणींना तिथेच सोडून धावतपळत इथे आले. कारण मला वाटतंय, की येशू पुन्हा जीवंत झाले आहेत.'' ते ऐकताच सर्व शिष्य कबरीजवळ गेले. आश्चर्य म्हणजे तिथे त्यांना येशूंची कबर रिकामी दिसली. कबरीवरच्या पहारेकऱ्यांना हे समजताच त्यांनी ती बातमी रोमन अधिकाऱ्यांना दिली. अधिकाऱ्यांनी पहारेकऱ्यांना लाच दिली आणि म्हणाले, ''आता तुम्ही सगळ्या शहरात

अशी बातमी पसरवा, की आम्ही झोपलेलो असताना येशूंच्या शिष्यांनी येशूंचा मृतदेह कबरीमधून चोरून नेला.''

खरे तर येशू पुनर्जीवित झाले होते आणि काही लोकांना भेटलेही होते. इतर लोकांना जेव्हा ही बातमी समजली तेव्हा त्यांच्या डोळ्यांत आनंदाश्रू उभे राहिले. जे लोक येशूला प्रत्यक्ष भेटू शकले नाहीत, ते येशूंच्या शिष्यांना वारंवार म्हणत होते, जोपर्यंत आम्ही आमच्या डोळ्यांनी येशूला पाहत नाही तोपर्यंत ते पुन्हा जीवंत झाले आहेत, यावर आम्ही विश्वास ठेवणार नाही. कारण अनेकांनी येशूला सुळावर लटकवलेले आणि त्यांच्या हातापायांत खिळे ठोकलेले पाहिले होते. त्यामुळेच येशू पुन्हा जीवंत होऊ शकतात, यावर त्यांचा विश्वास बसत नव्हता.

येशूंच्या शिष्यांना एक माणूस असा भेटला, जो म्हणाला, ''मी जोपर्यंत येशूंना स्पर्श करून बघत नाही, जोपर्यंत त्यांच्या हातांवर खिळे ठोकलेल्या छिद्रांमध्ये बोट घालून बघत नाही, तोपर्यंत ते पुन्हा जीवंत झाले आहेत, यावर विश्वास ठेवणार नाही.'' नंतर तो येशूला भेटला. दोघांमध्ये चर्चाही झाली. तेव्हा त्याने पाहिले, की येशूंच्या हातांवर छिद्रे आहेत आणि तरीही ते जीवंत आहेत. तेव्हा कुठे येशू पुन्हा जीवंत झाल्याच्या बातमीवर त्याचा विश्वास बसला. अशा लोकांना पाहूनच येशू म्हणाले होते, 'जे लोक विश्वास ठेवतात ते धन्य आहेत आणि जे न बघता विश्वास ठेवतात तेही धन्य आहेत.' खरे तर कोणतीही गोष्ट बघितल्यावरच तिच्यावर विश्वास ठेवणे ही चांगली गोष्ट आहे; पण न बघता विश्वास ठेवण्यासाठी उच्च चेतना आवश्यक आहे. म्हणूनच विश्वास ठेवणाऱ्या लोकांना येशूने धन्य मानले आहे. माणूस जोपर्यंत चिंतन-मनन करत नाही तोपर्यंत त्याला उच्च चेतना प्राप्त होणार नाही. त्यामुळे अदृश्यामध्ये प्रभूची कोणती लीला चालली आहे, हे तो पाहू शकणार नाही.

त्या माणसाप्रमाणे अनेकांना छिद्र बघण्याची सवय असते. प्रत्येक गोष्टीमध्ये ते छिद्र (Hole) कुठे आहे, हे शोधण्याचा प्रयत्न करत असतात. म्हणूनच अशी छिद्रान्वेशी माणसे कधीही संपूर्णाला (Whole) समजून घेऊ शकत नाहीत. ते सतत संपूर्णाच्या (Whole) आत-बाहेर छिद्र (Hole) बघत स्वत:ची चेतना खालावून घेत असतात. काही लोकांना संपूर्णाचे दर्शन झाल्यावर त्यांच्या समस्यांमधून बाहेर यायचा मार्ग सापडतो; तर काही लोक आयुष्यभर त्या संभ्रमातच राहतात. त्यामुळे ते उच्च शिकवणीचा, ज्ञानाचा लाभ घेऊ शकत नाहीत.

खरे तर माणूस चमत्कार पाहणेच विसरला आहे. जरा विचार करा, 'माणसाने काय-काय पाहायला हवे? जे बाहेर प्रकट झालेले आहे ते, की जे त्याच्या मागे दडलेले आहे ते? जे कुठेतरी दूर आहे ते त्याने पाहायला हवे का?' येशू म्हणाले होते, 'जे लोक न बघताच विश्वास ठेवू शकतात, ते लोक धन्य आहेत.' त्यांच्या म्हणण्याचा खरा अर्थ असा होता– जे लोक चिंतनाच्या माध्यमातून विश्वास ठेवू शकतात ते लोक धन्य आहेत. अन्यथा न बघता कोणी कसा विश्वास ठेवू शकेल बरं? येशूने सखोल चिंतन केले असल्याने त्यांना सर्व काही स्पष्ट दिसू शकत होते. येशूला समजून घ्यायचे असेल तर मानवी नात्यांमागे, प्रेमामागे आणि प्रार्थनेमागे काय दडले आहे, यावर मनन करायला हवे. मुळात माणसाला हे सर्व का मिळत आहे, यावर चिंतन केले तरी येशूंचे संदेश चांगल्या पद्धतीने समजू शकतील.

■

२४

पुनरुत्थानाचा दिवस

पुनरुत्थान म्हणजे मृत्यूनंतर जन्म-मृत्यूच्या चक्रातून मुक्त होऊन पुन्हा महाजीवन प्राप्त करणे. ख्रिश्चन लोक येशूंच्या पुनरुत्थान दिनानिमित्त ईस्टर डे* साजरा करतात. ख्रिश्चनीटीनुसार येशूला शुक्रवारच्या दिवशी सुळावर चढवले गेले आणि रविवारी ते पुनर्जीवित झाले. त्याचे स्मरण म्हणून त्या पवित्र आठवड्यातील शुक्रवारला गुड फ्रायडे आणि त्यानंतर येणाऱ्या रविवारी ईस्टर संडे किंवा ईस्टर डे साजरा केला जातो. पण याला असलेला संदर्भ केवळ धार्मिक नाही, तर आध्यात्मिक आहे.

गुड फ्रायडे आला की गॉड संडे (ईस्टर संडे)सुद्धा येतो. कारण प्रत्येक सीन हा पुढच्या सीनची तयारी असते. या दिवसाचे महत्त्व आणि हा दिवस साजरा का करायचा, हे अगदी कमी लोकांना माहीत असते. बहुतेक लोक गुड फ्रायडेचा अर्थ वेगळा लावतात. त्यांना सुळावर चढवला गेलेला ईसा मसीह अर्थात येशू आठवत असतो. म्हणून हा दिवस 'दुःखद दिवस' मानला जातो. मग माणसाला जो दिवस जसा वाटतो तसाच तो साजरा केला जातो. पण वेगवेगळ्या घटनांचे अर्थ वेगवेगळे असू शकतात. म्हणूनच जी घटना आनंद देते तीच घटना दुःखदही असू शकते. तसेही माणसाच्या आयुष्यात अनेक घटना घडत असतात आणि त्यातल्या काहींवर सुखाचे तर काहींवर दुःखाचे लेबल तो लावत असतो. बहुतेक लोक मृत्यूला दुःखद घटना मानतात. त्यांचा बघण्याचा दृष्टिकोण आणि समज यावर हा फरक अवलंबून असतो. म्हणूनच काहींसाठी हा गुड फ्रायडे असतो, तर काहींसाठी बॅड फ्रायडे असतो. पण जे लोक या दोहोपलीकडचा विचार करू शकतात, त्यांच्यासाठी हा निश्चितच गॉड फ्रायडे बनतो.

---

* ईस्टरच्या दिवशी येशू पुन्हा जीवंत झाले म्हणून तो दिवस 'पवित्र दिवस' म्हणून साजरा केला जातो.

आपण मृत्यूनंतर पुन्हा जीवंत होणार आहोत, अशी भविष्यवाणी येशूने आधीच करून ठेवली होती आणि झालेही तसेच. ईस्टर संडेला त्यांचे पुनरुत्थान झाले. लोकांना हा येशूने केलेला चमत्कार वाटला. त्या आधी लोकांनी अनेक भविष्यवाणी ऐकल्या होत्या; पण ती खरी होताना ते पहिल्यांदाच बघत होते. येशू आधीपासूनच लोकांना मदत करत होते. त्यांनी कोणाचा असाध्य रोग बरा केला, कोणा अंधाला दृष्टी दिली. एवढेच नव्हे, तर मृत व्यक्तीला पुन्हा जीवंतही केले. हे सर्व कसे काय घडले ते येशूनेही लोकांनाही सांगितले, लोकांनी ते ऐकलेही. पण, तरीही येशू चमत्कार करत आहेत असेच लोकांना वाटत राहिले. खरे तर कोणीतरी उच्च शक्ती त्यांना साहाय्य करत होती, म्हणून हे सर्व शक्य होत होते. येशूंच्या पुनरुत्थानातही त्याच शक्तीचे योगदान होते. येशूने सगळ्यांना त्याविषयी सांगितले. मात्र, लोकांनी ते फक्त ऐकले, समजून घेतले नाही, आणि त्यानंतर येशूने काय सांगितले हे विसरूनही गेले.

नेहमी असेच होते, जेव्हा लोकांना एखाद्या घटनेचा अर्थ समजत नाही तेव्हा ते त्या घटनेशी संबंधित काही गोष्टी तयार करतात आणि मग त्या गोष्टींच्या माध्यमातून ती घटना लक्षात ठेवतात. पण ज्याला विषय मुळापासून समजून घ्यायचा आहे तो विचार करेल, या गोष्टी का रचल्या गेल्या आहेत, त्यामागे खरे कारण काय असेल, खरी योजना काय असेल, घटनाक्रम असा का आहे आणि त्याचा काय लाभ होणार आहे?

येशूने भविष्यवाणी केली होती आणि लोक ती खरी होण्याची वाट पाहत होते. ती खरी झाली तरच ते विश्वास ठेवणार होते. म्हणजेच पुरावा मिळाल्यावरच ते विश्वास ठेवणार होते. अशा प्रकारे लोक स्वत:च्या विचारांवरच विश्वास ठेवतात. एखादा माणूस अमुक प्रकारे वागतो, बोलतो म्हणजे तो तसाच असेल किंवा असाच असणार असा विचार ते करतात आणि त्यावरच ठाम राहतात. माणूस चिंतनातून विश्वास ठेवायला शिकलाच नाही. म्हणूनच जोपर्यंत सत्य दिसत नाही, सत्य दाखवून देणारी घटना घडत नाही तोपर्यंत लोक त्यावर विश्वासच ठेवत नाहीत. एखाद्या गोष्टीत आपला काही फायदा होणार आहे याचा काही पुरावा जोवर लोकांना मिळत नाही तोवर ते विश्वास ठेवतच नाहीत. पुरावा मिळाल्यावर तर कोणीही विश्वास ठेवेल. पण काहीही पुरावा नसतानाही यात आपला लाभ आहे हे ओळखून विश्वास ठेवला तर ती गोष्ट मोठी! म्हणूनच, जे लोक न बघताच विश्वास ठेवतात ते धन्य आहेत, हे येशूंचे महत्त्वाचे वाक्य आहे.

येशूंची समाधी

येशूंच्या जीवनामध्ये विश्वासालाच सर्वोच्च स्थान दिले गेले. येशूंचा जो विश्वास होता त्याच्या १०% विश्वास जरी तुम्हांला मिळवता आला तरी तुम्ही खूप मोठे चमत्कार करू

शकाल. लोकांनी किमान स्वत:चा तरी विकास करून घेण्याचा प्रयत्न करायला हवा. येशूइतका जरी विकास झाला नाही तरी थोडा निश्चितच होईल. तोही महत्त्वाचा आहे. माणूस नेहमी स्वत:ची तुलना त्याच्या आसपासच्या लोकांशी करत असतो. आसपासच्या लोकांची समज जर त्याच्याहून कमी असेल तर त्याने इतरांपेक्षा चांगले कार्य केले आहे असे त्याला वाटते. लोकांनी जेव्हा येशूंच्या शरीराचा मृत्यू आणि पुनर्जीवन पाहिले तेव्हाच त्यांनी येशूंच्या बोलण्यावर विश्वास ठेवला. कारण आता ते एका नव्या अवस्थेत होते. ईसा मसीहच्या अनुयायांना शारीरिक सिद्धी, साधना आणि समाधी याच्याशी संबंधित गोष्टी समजूच शकल्या नाहीत.

हिंदुस्थानात या गोष्टी समजून घेणे सोपे आहे. कारण, वेगवेगळ्या वेळी प्रकट होऊन लोकांना दर्शन देणारे अनेक संत-महात्मे इथे होऊन गेले आहेत. शारीरिक शक्तीच्या तुलनेत समाधी-अवस्थेत असताना माणूस शरीरशून्य होतो आणि साधनेने सिद्धी प्राप्त करू शकतो. अशा शारीरिक शक्ती जर उपलब्ध असतील तर सुळावर असताना येशूला काय अनुभव आला असेल? सुळावर असताना ते समाधी-अवस्थेत कसे गेले? आधी त्यांच्या शरीरात नसलेल्या शक्ती त्यांना नंतर कशा प्राप्त झाल्या? या विषयीचा त्यांचा आंतरिक अनुभव काय होता, हे कोणीच जाणू शकत नाही. खरे तर येशूंचे शरीर जितका काळ सुळावर लटकलेले होते तितका वेळ ते ध्यानस्थ होते. जेव्हा हातपाय सोडवता येत नाहीत, शरीर बांधून टाकलेले असते तेव्हा तिथून जायचे म्हटले तर कुठे जाणार? अशा वेळी केवळ स्वत:च्या अंतर्यामी राहता येते. अन्य कोणताही मार्ग नसतो. ही ध्यानावस्था काही काळ चालते. वेदना होतात; पण माणूस उच्च स्तरावर असतो. मात्र, आता लोक ध्यानासाठी बसलेले असताना थोडा जरी त्रास झाला तरी ध्यान थांबवतात आणि लगेच उठून उभे राहतात. पण येशूंची ध्यानावस्था वेगळ्या स्तरावरची होती.

त्यानंतर येशूंच्या शरीरात ज्या नव्या शक्ती अवतरल्या त्यांच्या साहाय्याने त्यांनी पुढचे कार्य केले. त्यांनी त्यांच्या शिष्यांना चाळीस दिवस प्रशिक्षण दिले. त्या दरम्यान ते काही काळ शिष्यांसोबत होते, तर काही काळ नव्हतेही. येशूंची शारीरिक उपस्थिती नसतानाही सर्व शिष्यांना सत्याच्या मार्गावर चालता यावे यासाठी त्यांनी असे केले होते. त्या चाळीस दिवसांनंतर त्यांनी या जगातून सदेह प्रस्थान केले, असे म्हणतात. पण त्यानंतरही त्यांची सर्व कार्ये चालू राहिली. त्यांनी जी भविष्यवाणी केली होती ती सर्व हळूहळू प्रत्यक्षात साकारली. मात्र, लोक या सर्वांचे वेगवेगळे अर्थ लावतात. आपल्यासाठी मात्र आपला चेतना स्तर वाढवणाऱ्या गोष्टी जाणून घेणे अधिक महत्त्वाचे आहे.

■

२५

येशूकडून शिका जीवनध्येय

एखाद्या बीजाला अंकुरित व्हायचे असेल तर आधी त्याला स्वत:ला जमिनीत नष्ट करून घ्यावे लागते, हे येशूला माहीत होते. म्हणूनच ते सुळावर चढले. तिथून सुटका करून घेण्यासाठी त्यांनी काहीही चमत्कार केला नाही. ही समजून घेण्यापलीकडची गोष्ट आहे. हे वाचल्यानंतर लोक म्हणतील, 'माणूस मरण्यासाठी जन्मला आहे, हे कसले जीवनाचे ध्येय? संत ज्ञानेश्वरांनी घेतलेली समाधीही आपल्याला याच गोष्टीचे चिंतन करायला लावते. 'मृत्यूच जीवनाचे ध्येय असू शकते का? जर एखाद्या बालकाचा मृत्यू झाला तर लोक खूप दु:खी होतात आणि विचार करतात, 'हा एवढ्या लहान वयात का मरण पावला?' खरे तर मृत्यू हेच त्याचे ध्येय होते. पण लोकांना ते समजू शकत नाही. ज्या आईबापांची मुले लहान वयात मृत्यू पावतात त्यांना अतोनात दु:ख होते. कारण जीवनाचे असेही ध्येय असू शकते हे त्यांना समजू शकत नाही.

तुम्ही जर लोकांना विचारले, 'तुमच्या जीवनाचं ध्येय काय आहे?' तर ते सांगतील, 'शिक्षण घ्यायचं आहे... पैसा कमवायचा आहे... करिअर करायचं आहे... लग्न करायचं आहे... मुलांना जन्म द्यायचा आहे...' अशी अनेक उत्तरे मिळतील. कारण त्यांना याहून मोठे ध्येय दिसतच नाही. शिवाय, आपल्या जीवनाचे अदृश्य ध्येय काय आहे, हेही त्यांना माहीत नसते. जेव्हा कोणी व्यक्ती तशा प्रकारचे जीवन जगून दाखवते तेव्हा लोक म्हणतात, 'अरेच्चा, असं वेगळं ध्येयही असू शकतं हे आता कुठे आम्हांला समजलं आहे.'

वास्तविक, सेल्फद्वारे वेगवेगळ्या शरीरांसाठी भिन्न-भिन्न ध्येये निश्चित केली जातात. सर्वांना एकच ध्येय द्यायचे असते तर हे जग निर्माणच झाले नसते. आपली पाचही बोटे एकसारखी का नसतात? ती वेगवेगळी असण्याचे खास कारण असते. येशूंचा मृत्यू म्हणजे बीज अंकुरित होण्यापूर्वीचे किंवा अमर होण्यापूर्वीचे 'बलिदान'!

हेच त्यांचे ध्येय होते. लोकांनी पुन्हा एक नवे जीवन जगावे यासाठी येशूंच्या मृत्यूमागे बलिदानाचा उद्देश होता. म्हणजे येशूने त्यांच्या सर्व पापांचे प्रायश्चित्त घेतले आणि कर्माची पाटी आपल्या रक्ताने धुऊन लोकांना दिली. त्यातून त्यांनी हाच संदेश दिला, 'आता तुम्ही नव्याने जीवन सुरू करा.' मग सर्वांनाच येशूंच्या त्या बलिदानाचा लाभ मिळाला.

एखादी व्यक्ती पवित्र मानल्या गेलेल्या नदीत स्नान करून आली आणि नंतर तिने कोणतेही पापकर्म केले नाही तर लोक समजतात, आता ती पापी नाही. येशूने हे पवित्र गंगेचे काम केले. म्हणजे येशू आणि गंगा यांना समान मानायला हवे. खरे तर वेगवेगळ्या शरीरांसाठी केलेल्या व्यवस्थाही भिन्न असतात. पण लोक त्यांच्या विचारांमध्ये, धारणांमध्ये आणि पॅटर्नमध्येच गुंतून राहतात. लोकांना पुन्हा स्वत:मध्ये भक्तिभाव जागवण्याची, शुद्ध होण्याची, अपराधबोधातून मुक्त होणाची संधी लाभावी, यासाठीच विविध धर्मांमध्ये निरनिराळ्या पद्धती सांगितल्या गेल्या आहेत. लोकांना जर येशूंच्या म्हणण्याचा खरा अर्थ, त्यात दडलेले संदेश समजले नाहीत तर ते येशूंचे चरित्र केवळ गोष्ट म्हणून ऐकतील आणि सोडून देतील. पण ज्याला त्यातला खरा अर्थ समजला आहे, तो नक्कीच विचार करेल, 'मी नवा होऊ शकलो की नाही? माझे पुनरुत्थान झाले की नाही?' कारण त्यानंतरच योग्य प्रकारे कार्य सुरू होऊन पापांपासून खरी मुक्ती मिळेल.

■

खंड ६

मुक्तीची संधी : ख्रिस्ताचा ख्रिस्मस

२६

ईसाई धर्माचा आरंभ : ख्रिस्मस

'मेरी तेरी ख्रिस्मस' म्हणजे आपल्या सर्वांचा ख्रिस्मस. हे वाचल्यावर तुमच्या मनात विचार येईल, ख्रिस्मस तर ख्रिश्चनधर्मियांचा असतो. मग 'आपला ख्रिस्मस' म्हणून यांना आम्हांला ख्रिश्चन तर करायचे नाही ना? अशा प्रकारे माणसाचे विचार विकसित झालेले नसतील तर तो उच्चतम गोष्टी ग्रहण करू शकत नाही. असे संकुचित विचारच माणसाच्या मनात येशू निर्माण होण्यात बाधा बनतात. अन्यथा, प्रत्येकाच्या मनात आज आणि आत्ताच येशूंचा जन्म होऊ शकतो.

लोक योग्य प्रकारे ख्रिस्मस साजरा करतात का? एकमेकांना 'मेरी ख्रिस्मस' असे म्हणतात; पण त्यांना मेरीचा खरा अर्थ माहीत आहे का? मेरी म्हणजे आनंद, आनंदी राहा. याच दिवशी येशू ख्रिस्तचा जन्म झाला होता. आज त्यांचा जन्मदिन लोक कसा साजरा करतात आणि कसा साजरा करायला हवा? येशूंच्या आज्ञांचे पालन करून आपली चेतना चैतन्य चेतनेपर्यंत (ख्रिस्तापर्यंत) पोहोचवण्याचा प्रयत्न करणे म्हणजे खरा ख्रिस्मस साजरा करणे होय. पण आज कोणीही अशा प्रकारे ख्रिस्मस साजरा करताना दिसत नाही, म्हणून तुम्हीही तसे करत नाही.

आज कोट्यवधी लोक ख्रिस्मस साजरा करत आहेत आणि ख्रिस्मस साजरा न करणारेही कित्येक लोक आहेत. मात्र, जे ख्रिस्मस साजरा करतात त्यातले बहुतेक जण तो बेहोशीत साजरा करतात. जे ख्रिस्मस साजरा करत नाहीत ते म्हणतात, हा काही आमचा सण नाही. आणि जे साजरा करतात त्यांच्यासाठी ख्रिस्मस म्हणजे केवळ पार्टी, उत्सव, सण साजरा करण्याची एक संधी असते. काही लोक दिवाळी साजरी करतात, फटाके उडवतात; पण हे सगळे का करायचे असते, हेच त्यांना माहीत नसते. काही लोक वाजंत्री वाजवतात. परस्परांना भेटकार्ड, भेटवस्तू दिल्या-घेतल्या जातात, ख्रिस्मस ट्री

सजवला जातो, त्याच्यावर दिवे लावले जातात, केक कापला जातो, लोक पार्टीचा आनंद घेतात. पण ख्रिस्मस असा साजरा करायचा नसतो, हेच मुळी त्यांना ठाऊक नसते. योग्य पद्धतीने ख्रिस्मस साजरा करायचा असेल तर काही गोष्टी समजून घ्याव्या लागतील.

ख्रिस्मसच्या दिवशी ईसाचा (येशू, जीजस, मुक्तिदाता) जन्म झाला. त्याने स्वातंत्र्याची, मुक्तीची घोषणा केली. आजही लोक त्याच्या बलिदानाचा लाभ घेत आहेत. आतापर्यंत जितके सण, उत्सव तयार झाले त्या सर्व सणांमागे एकच उद्देश आहे. तो उद्देश जर समजून घेता आला तर तुम्ही खऱ्या अर्थाने 'मेरी ख्रिस्मस, हमारी ख्रिस्मस' म्हणून साजरा करू शकाल. अन्यथा, सण साजरा करणे म्हणजे केवळ वरवरची कर्मकांडे करणे असा त्याचा अर्थ होईल. सण येतील... सण जातील... वर्षांमागून वर्षे उलटतील. पण, तरीही सण का साजरे करायचे, एखाद्या व्यक्तीचा जन्मदिवस जगभरात का साजरा केला जातो, हे लोकांना समजणार नाही.

सामान्य कारणांसाठी सण-उत्सव साजरे होत नाहीत. समजा, एखाद्याने बंगला बांधला किंवा ज्या दिवशी ताजमहाल बांधला गेला, तो दिवस सण म्हणून साजरा केला जात नाही. कारण या सर्व घटना व्यक्तिगत आहेत, अव्यक्तिगत (इम्पर्सनल) नाहीत. त्या वास्तू म्हणजे कोणाची तरी व्यक्तिगत (पर्सनल) मालमत्ता आहे. जिथे स्वातंत्र्याची घोषणा होते, तिथे सण साजरा केला जातो. एखादी गोष्ट आपल्याला कूल मूल उद्देशाचे स्मरण करून देईल असे जेव्हा लोकांना जाणवते, तेव्हा ती गोष्ट सणाच्या रूपात साजरी केली जाते. एखादा चित्रपट प्रदर्शित झाला तर तो सण होत नाही. एखादी नवी टीव्ही मालिका सुरू झाली तर तो सण होत नाही. कोणाला स्वप्न पडले तर तो सण होत नाही. कोणी आयसीयूमधून बरे होऊन आले तरी तो सण होत नाही.

सण तेव्हाच साजरा होतो, जेव्हा एखाद्याने असे काम केले असेल ज्याच्यामुळे लोकांना स्वातंत्र्याचा खरा अर्थ समजला, ज्यांच्यामुळे विश्वात क्रांती झाली, कर्मकांडे समाप्त झाली, आत्मसाक्षात्कार झाला, लोक स्वत:ला जाणू लागले, त्यांचाच जन्मदिवस सण म्हणून साजरा केला जातो. माणसाने ज्या गोष्टीसाठी पृथ्वीवर जन्म घेतला, त्यामागे काय रहस्य दडलेले आहे, त्याचे स्मरण करून देण्यासाठी सण हे एक निमित्त असते. जयंती असो की जन्माष्टमी, नवमी असो की दसरा, दिवाळी असो की गुरूनानक जयंती, रमजान ईद असो की ख्रिस्मस– येशूंचा जन्म सर्वांसाठी समान संदेश देतो, समान कार्य करतो.

श्रीकृष्ण आले, मुक्तिदाता आला – कंसापासून मुक्त केले
गुरूनानक आले, मुक्तिदाता आले – अज्ञानापासून मुक्त केले

येशू आले, मुक्तिदाता आले – पापांपासून मुक्त केले.

हे सगळेच मुक्तिदाता होते. पण, अज्ञानामुळे त्यातल्या कोणा एकालाच श्रेष्ठ समजून इतर सर्वांना तुच्छ, अयोग्य समजले गेले तर ती मोठी चूक ठरेल. जे धर्माचे दुकान मांडून बसले होते त्यांनी आम्हीच बरोबर आहोत, इतर सगळे चूक आहेत, अमुक एक गोष्ट मानणाराच स्वर्गात जाईल, इतर सर्व जण नरकात जातील, अशा अफवा पसरवल्या. जी प्रथा बंद करण्यासाठी मुक्तिदाता अवतार घेतो, त्याला नाकारून धर्ममार्तंड जेव्हा तीच प्रथा पुन्हा सुरू करतात तेव्हा सत्य गायब होते. ख्रिस्मससारखे सण मात्र आपल्याला येशूसारख्या मुक्तिदात्याच्या संदेशांची आठवण करून देतात. आपण त्या संदेशांचे पालन केले तर योग्य प्रकारे ख्रिस्मस साजरा केला, असे समजायला हवे.

ख्रिस्मस ट्रीवर बल्ब लावून केवळ ख्रिस्मस ट्रीलाच प्रकाशित करायचे नाही, तर आपण आपल्या शरीरालाही प्रकाशित करायचे आहे. जुन्या समजुतींचे, पूर्वग्रहांचे वृक्ष तोडायचे आहेत. येशू ज्यूंच्या धर्माची शिकवण द्यायला आले नव्हते, तर मानवता धर्माची शिकवण द्यायला आले होते.

आपल्यामध्ये ख्रिस्ताला जन्म द्या

'प्रभूच्या राज्यात प्रवेश करा, तिथे सर्व काही मिळेल.' अशी वचने येशूने अनेकदा सांगितली आहेत. पण त्यातून अशी कल्पना निर्माण झाली, की प्रभूचे राज्य बाहेर कुठेतरी आहे आणि मृत्यूनंतरच तिथे जाता येते. त्यामुळे जीवनात आपण चांगली कर्मे केली तरच आपल्याला मृत्यूनंतर प्रभूच्या राज्यात प्रवेश मिळेल; अन्यथा नाही, अशी लोकांची धारणा झाली. खरे तर वर्तमानात (ख्रिस्त चेतनेत राहून) राहून प्रभूच्या राज्यात प्रवेश करता येतो, हे गूढ सत्य लोकांना कधी समजलेच नाही.

■

२७

एक संधी मुक्ती मिळवण्याची

जे लोक वाईट होते, पापी होते त्यांनाही येशू आशीर्वाद देत असत. काही वेश्यांनासुद्धा येशूंचा आशीर्वाद लाभला होता. मात्र, लोकांना प्रश्न पडत असे, येशू असे का करत आहेत? तेव्हा येशू प्रत्यक्ष उत्तर न देता उदाहरणांद्वारे बोलत :

एका माणसाला दोन मुले होती. छोटा व्यसनाधीन होता. सारा पैसा त्याने व्यसनात घालवला. मग संपत्तीत वाटा मिळवण्यासाठी त्याने वडिलांवर खटला भरला. त्यामुळे मोठ्या मुलाला खूप राग आला. पण वडील म्हणाले, ''त्याचा वाटा, त्याचा पैसा, त्याला द्यायला हवा.'' छोटा मुलगा त्याचा हिस्सा घेऊन निघून गेला. काही वर्षांनंतर तो पुन्हा त्याचे सर्वस्व गमावून त्याच्या गावी, घरी परत येत होता. तो प्रायश्चित्त घेण्यासाठी येत आहे, हे वडिलांना जेव्हा समजले तेव्हा ते वाजंत्री घेऊन त्याला आणायला गेले आणि त्याच्या येण्याच्या निमित्ताने गावजेवण घातले, पार्टी आयोजित केली.

मोठा मुलगा शेतात काम करत होता. आपला छोटा भाऊ पुन्हा एकदा व्यसनाधीनतेमुळे कफल्लक होऊन गावी परतला आहे. शिवाय, आपले वडील त्याच्या येण्याच्या आनंदाप्रीत्यर्थ गावजेवण घालत आहेत, हे जेव्हा त्याला समजले तेव्हा त्याला अतिशय दु:ख झाले. त्याने विचार केला, ''वडिलांनी आतापर्यंत माझ्यासाठी तर कधी असे जेवण घातले नाही....'' अज्ञान अशाच गोष्टी सुचवते.

वडील आल्यावर मोठ्या मुलाने त्यांना विचारले, ''बाबा, तुम्ही असं का करत आहात? त्याने तुम्हांला इतका त्रास दिला, तरी तुम्ही त्याच्यासाठी गावजेवण देत आहात? माझ्यासाठी तर तुम्ही कधीच काही केले नाहीत....'' तेव्हा वडील म्हणाले, ''अरे, तुला तर आनंद व्हायला पाहिजे. कारण तुझा मेलेला भाऊ आता जीवंत झाला आहे.'' (मायेच्या जाळ्यात हरवला होता तो परत आला आहे) ते ऐकून मोठा मुलगा गप्प बसला. तो काय बोलणार? वडील म्हणाले, ''अरे, तू तर नेहमी माझ्या डोळ्यांसमोरच होतास. म्हणून मी तुझ्यासाठी काही केलं नाही असं तुला वाटतं; पण असं नाही. जी मुलं वाईट मार्गाकडे वळली आहेत, पापी आहेत त्यांचीच आईवडिलांना जास्त काळजी असते, हे तुला माहीत आहे का?''

वरील कथेतून येशूने लोकांना प्रायश्चित्ताचे महत्त्व सांगितले. पापी लोकांनी प्रायश्चित्त घेतले तर प्रभू परमात्मा, त्यांना प्रेमाने माफ करतात, हेदेखील सांगितले. प्रायश्चित्त घेणे म्हणजे केवळ ईश्वराकडे पापांसाठी माफी मागणे नव्हे, तर कपटमुक्त होऊन ईश्वराला सर्व काही सांगणे (संपूर्ण विचारसेवा देणे), 'मी अमुक एक अपराध केला, लोकांना त्रास दिला, त्याबद्दल कृपया मला माफ करा. पुन्हा मी असे काही करणार नाही.'

प्रायश्चित्त कसे घ्यावे?

येशूने लोकांना योग्य प्रकारे प्रायश्चित्त घ्यायला शिकवले. 'हे ईश्वरा, आमची पापं माफ कर,' अशी प्रार्थना तर लोक करत असतातच; पण तरीही त्यांच्यात सुधारणा होत नाही. ते म्हणतात, 'मी काय काय केलं आहे हे सर्व त्या ईश्वराला माहीत आहे. मग तरीही पुन्हा का सांगायचं?' तेव्हा त्यांना सांगितले जाते, 'जेव्हा तुम्ही तुमची पापकर्मं तुमच्या शब्दांत आणि विस्तारानं सांगाल तेव्हा त्यातून बाहेर यायची जबाबदारीही तुमच्यावरच येईल.' तुम्ही जर नुसते वरवरचे शब्द वापरले तर तुमच्यात काहीच बदल होणार नाही, तसेच राहाल.

लोकांना जबाबदारीची जाणीव झाली तरच ते स्वत:मध्ये सुधारणा घडवून आणतील. अन्यथा, लोक एकमेकांना दुखवून 'सॉरी' म्हणत राहतात. अशा प्रायश्चित्ताचा परिणाम पूर्णपणे होत नाही. फक्त 'सॉरी' म्हणणे पुरेसे ठरत नाही. समोरच्याला सांगितले पाहिजे, 'मी असं केलं, तुला दु:ख दिलं, त्याची मला लाज वाटतेय, कृपया मला माफ कर.' अशा प्रकारे तुम्ही जर पूर्ण बोलू शकलात तर जबाबदार व्हाल आणि समोरच्यालाही तुमच्या

भावना समजू शकतील. फक्त 'सॉरी' म्हटले तर ते माफी मागणे मेकॅनिकल (यंत्रवत) होते. त्याचा काही फायदा होत नाही, म्हणून योग्य प्रकारे प्रायश्चित्त घ्या. समोरचा जरी म्हणाला, 'मला सॉरी म्हणायची काही आवश्यकता नाही. तुझ्या बोलण्यामुळे मला दुःख झालेलं नाही. तू चिंता करू नकोस.' तरीही तुम्ही सांगा, 'माझ्याकडून चूक झाली, मी पुन्हा अशी चूक करणार नाही. माझ्याकडून अशी चूक पुन्हा व्हावी, अशी ईश्वराची इच्छाही नाही. म्हणून कृपया तुम्ही मला माफ करा. तुम्हांला वाईट वाटलं किंवा नाही यासाठी नाही, तर ईश्वराची इच्छा आहे म्हणून मला माफ करा.' ही प्रायश्चित्त घेण्याची योग्य पद्धत आहे.

जिथे लोक सहजतेने प्रायश्चित्त घेऊ शकतात अशा जगाची कल्पना करा. कारण कित्येक लोकांना तर सॉरी म्हणणेसुद्धा अवघड वाटते. त्यांच्या अहंकाराला धक्का लागतो. पापी लोकांनासुद्धा प्रायश्चित्त करण्याची संधी मिळावी, असे येशूने सांगितले होते. प्रायश्चित्त घेताना समोरच्याची क्षमा कशा प्रकारे मागावी, हे आता समजून घेऊ या.

क्षमा हा माणसाचा आंतरिक गुण आहे. क्षमा म्हणजे हृदयाच्या सखोलतेतून उमटणारा भाव आहे. एखाद्याला 'सॉरी' म्हणून तिथून निघून जाणे किंवा मनातल्या मनात स्वतःची चूक कबूल करून गप्प बसून राहणे ही क्षमा मागण्याची योग्य पद्धत नाही. एखाद्याला, 'मी तुला माफ केलं', असे म्हणून त्याच्याविषयी मनात असलेला राग, द्वेष रोखून धरणे हीसुद्धा क्षमा नाही.

प्रत्यक्षात क्षमा कशी मागावी ?

तुमच्याकडून दुखावल्या गेलेल्या मनुष्यासमोर जाऊन क्षमायाचना करताना तुम्हांला संकोच वाटत नसेल, तर तुम्ही स्पष्ट शब्दांत क्षमा मागायला हवी –

'मी तुम्हांला माझ्या भाव, विचार, वाणी आणि क्रिया यांद्वारे जे दुःख पोहोचवले आहे, त्याबद्दल मी तुमची क्षमा मागतो. भविष्यात अशी चूक माझ्याकडून पुन्हा होणार नाही, याची मी काळजी घेईन.'

कमीत कमी आपल्या जवळच्या नातेवाइकांबाबत हा उपाय अवलंबायला हवा. समोरासमोर आणि स्पष्टपणे क्षमा मागितल्यास मनाची मलिनता त्वरित निघून जाते. नातेसंबंधांवर चढलेली दुःख, क्रोध आणि संशय यांची पुटे गळून पडतात. एखादा मनुष्य जेव्हा क्षमा मागतो, तेव्हा इतरांनाही त्यांच्या चुकांची जाणीव होते. जो मनुष्य केवळ अहंकारापोटी स्वतःच्या चुका मान्य करत नाही, तोदेखील मनमोकळेपणाने चुका मान्य करतो. परिणामी, सर्वांच्याच आयुष्यात कर्मबंधनांची मालिका खंडित होते.

समजा, तुमचा नातेवाईक स्वतः चूक करून माफी मागायला तयार नाहीये. तर, अशा वेळी तुम्ही मोठ्या मनाने स्वतःच क्षमायाचना करायला हवी. कारण यामुळे वादविवाद टळून नातेसंबंधातील माधुर्य टिकू शकते. शिवाय, संबंधित नातेवाइकाला वाटू शकते, 'अरे! चूक तर माझी होती; पण माफी मात्र त्याने मागितली.' मग त्याचाही अहंकार विलीन झाल्याने तो म्हणेल, 'माझीसुद्धा चूक होती. कृपया मला क्षमा करा.' परिणामी, राईचा पर्वत होण्यापासून वाचतो आणि नात्यांची वीण घट्ट होऊ लागते.

क्वचितप्रसंगी एखादा मित्र किंवा नातेवाईक तुम्हांला क्षमा करत नसेल, तर तुम्ही त्याचा नकार सकारात्मक पद्धतीने स्वीकारायचा आहे. त्याने तुम्हांला आज क्षमा केली नाहीए, पण तो कधीच क्षमा करणार नाही, असा याचा अर्थ मात्र मुळीच होत नाही. म्हणूनच तुम्ही काही अवधीनंतर त्याची पुन्हा क्षमा मागायला हवी. तुम्हांला केवळ स्वतःसाठी क्षमा मागायची नसून तो मनुष्यही द्वेषभावनेतून मुक्त व्हावा, यासाठी मागायची आहे.

क्षमा प्रार्थना

बहुतांश घटनांमध्ये आपण संबंधित व्यक्तीसमोर क्षमायाचना करू शकत नाही. शिवाय, घटना घडून गेल्यानंतर आपल्याला स्वतःच्या चुकीची जाणीव होते. मात्र, क्षमा मागण्याची किंवा करण्याची वेळ निघून गेलेली असते. अशा वेळी आपण मानसिक स्तरावर प्रार्थना करून क्षमासाधना करू शकतो.

आपले डोळे बंद करा.

आमंत्रण द्या : प्रिय ....च्या दिव्य स्वरूपा (त्या मनुष्याचे नाव, ज्याची तुम्हांला क्षमा मागायची आहे), मी तुला माझ्या ध्यानक्षेत्रात आमंत्रित करत आहे.

क्षमा करा : 'माझ्या मनात आपल्याप्रति जो द्वेष किंवा तक्रारभाव आहे, तो मी मुक्त करत आहे. मी ......ला साक्षी ठेवून आपल्याला क्षमा करत आहे. माझे आपल्यावर प्रेम असून माझ्या मनात आपल्याविषयी खूप आदर आहे. मी तुम्हांला केवळ शरीर समजून तुमच्याशी व्यवहार केला. मी तुमच्यातील परमचैतन्य पाहू शकलो नाही, त्याबद्दलही मला क्षमा करा. अशी चूक माझ्याकडून पुन्हा होणार नाही, याची मी काळजी घेईन.'

क्षमा मागा : मी ......ला साक्षी ठेवून आपली क्षमा मागत आहे. मी तुम्हांला माझ्या भाव, विचार, वाणी किंवा कृती यांद्वारे जे दुःख पोहोचवले आहे, कृपया त्याबद्दल मला क्षमा करा. मी तुम्हांला केवळ शरीर समजून तुमच्याशी व्यवहार केला. मी तुमच्यातील

परमचैतन्य पाहू शकलो नाही, त्याबद्दलही मला क्षमा करा. अशी चूक माझ्याकडून पुन्हा होणार नाही, याची मी काळजी घेईन.'

धन्यवाद द्या : 'माझ्या ध्यानक्षेत्रात आल्याबद्दल खूप खूप धन्यवाद! मी आपल्यावर प्रेम करतो, आपला खूप आदर करतो. कृपया, आता आपण आपल्या स्थानी परतावे, ही विनंती... धन्यवाद... धन्यवाद... धन्यवाद...'

स्वत:च्या चुकांची क्षमा मागण्यासाठी प्रार्थना कराल तेव्हा या गोष्टीचा विचार अवश्य करा, मी दुसऱ्यांना क्षमा करायला शिकलो आहे का? नाहीतर माणूस 'त्याने असे केले, तसे केले,' अशा क्षुल्लक गोष्टींसाठी दुसऱ्यांशी भांडत राहतो. तुम्ही विचार केलात तर तुम्हांला हसायला येईल आणि वाटेल, कधी हे मोठे होणार, किती छोट्या-छोट्या कारणांसाठी भांडत आहेत. म्हणूनच येशूने सांगितले, 'जे क्षमा करतील, त्यांनाच क्षमा केली जाईल.'

■

२८

ईसाई धर्म : संक्षिप्त वर्णन

ईसाई धर्म ईसा मसीहच्या उपदेशांवर आधारित आहे. त्यांचा पवित्र धर्मग्रंथ आहे, *बायबल*!

ईसाई एकेश्वरवादी आहेत, ते ईश्वराला पित्यास्वरूप मानतात. त्यांच्या मतानुसार परमपिता परमेश्वर या जगाचे निर्माते आणि शासक आहेत. ईसाई, त्रिसूत्र (trinity) मानतात. ते त्यांच्या प्रार्थनेमध्ये परमपिता परमेश्वर, त्याचा पुत्र ईसा मसीह आणि पवित्र आत्मा या तिघांचा उल्लेख करतात.

ईसा मसीह : ईसा मसीह (येशू) हे यहुदी होते. ते इस्राईलच्या बेथलहेम या गावी जन्मले होते. त्यांची माता मेरी (मरीयम) ही कुमारी होती, असे ईसाई मानतात. तिच्या गर्भात ईसा मसीह, परमपिता परमेश्वराच्या कृपेने चमत्कारिक रूपाने अवतरले होते. ईसा म्हणजे एक मसीहा (अर्थात राजा किंवा तारणहार) जन्म घेईल, अशी भविष्यवाणी यहुदी रबींनी केली होती. त्या वेळी यहुदी रोमनशासकांच्या आधिपत्याखाली होते. तेसुद्धा त्यांच्यापासून मुक्त होण्यासाठी अधीर होते. ईसा मसीहनी त्यांच्या जीवनकाळात अनेक चमत्कार केले. अंधांना स्पर्श करून दृष्टी दिली, मुक्यांना वाणी आणि मृतांना जीवन दिले. परिणामत: सर्वत्र मसीहला प्रसिद्धी मिळू लागली. त्यांची निरंतर वाढणारी प्रसिद्धी पुरातन विचारांच्या आणि सत्ताधारी लोकांना सहन होत नव्हती. त्यांनी ईसाला खोट्या आरोपांमध्ये अडकवण्याचा प्रयत्न केला. ईसा मसीहनी इस्राईलमधील धर्मसभेमध्ये यहुदींना प्रेमाचा संदेश दिला आणि सांगितले, 'ते ईश्वराचे पुत्र आहेत.' त्यामुळे पुराणपंथी यहुदी धर्मगुरू भडकले. त्यांच्या सांगण्यावरून इस्राईलच्या रोमन राज्यपालाने ईसाला क्रॉसवर (सुळावर) चढवण्याचा हुकूम दिला. रोमन राज्यात प्रचलित असलेली, मृत्युदंड

ही सर्वात क्रूर पद्धत होती. त्या वेळी ईसा मसीह केवळ साडे-तेहेतीस वर्षांचे युवक होते. मृत्यूनंतर तीन दिवसांनी ईसाचे पुनरुत्थान झाले, ते पुनर्जीवित झाले. ईसाच्या शिष्यांनी त्यांचे उपदेश बायबलच्या नव्या नियमांमध्ये रेखांकित केले आहेत. ईसा हिंदुस्थानातही आले होते, असे काही लोक मानतात.

पवित्र आत्मा : पवित्र आत्मा हे परमेश्वराचे तिसरे व्यक्तिमत्त्व आहे. त्याच्या प्रभावामुळे माणूस आपल्या अंतर्यामी ईश्वराचा अनुभव घेतो. हे ईसाचे चर्च आणि अनुयायी यांचे प्रतीक आहे.

संप्रदाय : ईसाईंचे मुख्य संप्रदाय असे आहेत :

- रोमन कॅथलिक : रोमन कॅथलिक हे रोमच्या पोपला सर्वोच्च धर्मगुरू मानतात.
- प्रॉटेस्टंट : प्रॉटेस्टंट हे पोपला मानत नाहीत. त्याऐवजी फक्त बायबलवरच पूर्ण श्रद्धा ठेवतात.
- ऑर्थोडॉक्स : ऑर्थोडॉक्स हे रोमच्या पोपला मानत नाहीत; पण आपापल्या राष्ट्रीय धर्मसंघाच्या पॅट्रीआर्कला मानतात. ते परंपरावादी असतात.

येशूंचा संदेश : सत्यमय जीवन जगा... सर्वांवर प्रेम करा... सर्वांवर दया करा... दान करा आणि लोभ करू नका... विषय-वासनांच्या चक्रात अडकू नका... अपराध्यालाही क्षमा करा... पापाचा तिरस्कार करा, पाप करणाऱ्याचा नको... जे सत्य आहे ते बोलायला घाबरू नका... अत्याचार करू नका, दिखावा करू नका... ईश्वरावर विश्वास ठेवा आणि गरिबांची सेवा करा... परमपिता परमेश्वराचे पुत्र ईसा मसीह यांनी जगाला हा संदेश दिला. ईसाचे अनुकरण करणाऱ्यांची संख्या सतत वाढत आहे. ईसाईंच्या मतानुसार ईश्वराने त्याच्या एकुलत्या एका पुत्राचे बलिदान केले. येशूंच्या जन्मापूर्वी एका संताने भविष्यवाणी केली होती, की यहुदींच्या मुक्तीसाठी ईश्वर लवकरच एक प्रेषित पाठवणार आहे. तेव्हा यहुदी लोक रोमन शासनाच्या (साम्राज्याच्या) आधिपत्याखाली होते. येशूंच्या रूपाने यहुदींना त्यांचा प्रेषित मिळाला.

प्रमुख सण : ईस्टर डे आणि ख्रिस्मस

ख्रिस्मस : २५ डिसेंबर या दिवशी येशू ख्रिस्तांच्या शरीराचा जन्म झाला होता. हा दिवस संपूर्ण जगात धूमधडाक्यात साजरा केला जातो.

गुड फ्रायडे : हा सण म्हणून नाही तर शोकदिनाच्या रूपात पाळला जातो. त्या दिवशी प्रभू येशूला सुळावर चढवले गेले होते. म्हणून त्या दिवसाला गुड फ्रायडे (शुभ शुक्रवार) म्हटले जाते. गुड फ्रायडे हा असा दिवस आहे, ज्या दिवशी ईसा मसीहने

त्यांच्या भक्तांसाठी बलिदान देऊन नि:स्वार्थ प्रेमाच्या पराकाष्ठेचे उदाहरण जगापुढे प्रस्तुत केले. ईसा मसीहने विरोध आणि यातना सहन करतच प्राणत्याग केला. त्यांचीच आराधना आणि वचने यांच्या माध्यमातून मानवतेच्या मार्गावर चालण्याचे ज्ञान देणारा दिवस म्हणजे गुड फ्रायडे.

गुड फ्रायडे हा असा एकमेव दिवस आहे, जो यहुदी लोक फेब्रुवारी महिन्यात चंद्र बघून निश्चित करतात. त्याच्या चाळीस दिवस आधी येणाऱ्या बुधवारपासून उपवासांना सुरुवात होते. त्या बुधवारला 'राखेचा बुधवार' म्हटले जाते. त्या चाळीस दिवसांच्या उपवासामध्ये लोक ईशवचन, पठण, त्याग आणि तपस्या करतात. त्या दिवसांमध्ये ईसाई लोक स्वत:ला आध्यात्मिक रूपात दृढ बनवतात.

ईस्टर : ईस्टर हा एका महत्त्वाचा सण म्हणून साजरा केला जातो. कारण त्या दिवशी येशू पुन्हा जीवंत झाले होते. सर्व लोकांचा मृत्यू होणारच आहे. म्हणजेच मृत्यूपासून कोणीही वाचू शकत नाही. प्रभू ईसा मसीह मृत्यूनंतरही पुन्हा जीवंत झाले, ही घटना अद्वितीय आहे. ईस्टर संडे म्हणजे प्रभू येशू पुन्हा जीवंत होणे, ही प्रथा कॅथलिकांनी सुरू केली.

प्रार्थनेचे महत्त्व : ईसाई धर्मामध्ये प्रार्थनेला खूप महत्त्व दिले जाते. ईसाईंना प्रार्थनेमध्ये खूप आस्था असते. ईसाई प्रत्येक कार्याआधी प्रार्थना करतात. ते एकटे, सामूहिक रूपाने आणि इतरांसाठीही प्रार्थना करतात. चर्चमध्ये किंवा गिरिजाघरांमध्ये सामूहिक प्रार्थना होते, जी सर्व ईसाईंसाठी आवश्यक असते. लहान मुलांना पवित्र जलामध्ये डुबकी देतात. त्याला बाप्तिस्मा (baptism) (एक प्रकारचा संस्कार) म्हणतात. त्यामुळे मुलाला चर्चमध्ये (ईश्वराच्या घरात) प्रवेश करण्याची परवानगी प्राप्त होते. तेव्हाच तो खऱ्या अर्थाने ईसाई मानला जातो. मोक्षप्राप्तीसाठी बाप्तिस्मा आवश्यक आहे, असेही सांगितले गेले आहे.

ईसाई प्रार्थना

हे प्रभू, कृपा करून आमच्या प्रार्थनेचा स्वीकार करा,
आम्ही तुमच्या साहाय्याविना कोणतेही चांगले कार्य करू शकत नाही.
तुमचे आदेश, पूर्ण इच्छा शक्ती आणि कर्म याद्वारे अंगीकारून
तुम्हांला प्रसन्न करता यावे, यासाठी आमच्यावर दया करा.
आमचे स्वामी ईसा मसीहद्वारे आपण ही कृपा प्रदान करा...
आमेन (प्रार्थना स्वीकार करा)

प्रायश्चित्त घेणे (Confession) : ईसाई धर्मियांमध्ये, विशेषत: रोमन कॅथलिकांमध्ये प्रचलित असलेल्या या प्रथेनुसार चर्चमध्ये विशिष्ट पद्धतीने बनवलेल्या स्थानी, पाद्रींसमोर धर्म ग्रहण करताना कमीत कमी वर्षातून एकदा तरी आपल्या पापांचा पाढा वाचून प्रायश्चित्त घ्यावे लागते. पाद्रींच्या माध्यमातून प्रभू आपल्याला क्षमा करतात, असे मानले जाते. खरे म्हणजे पाप न झाकता त्याची ताकद नष्ट केली जाते. कारण पाप लपवले तर ते वाढत जाते.

मृत्यूनंतरच्या जीवनाची कल्पना : ईसाई धर्माच्या अनुयायांनुसार स्वर्ग आणि नरक आहेत. अखेरच्या क्षणी सर्वांना कबरींमधून जागे करून त्यांच्या चांगल्या-वाईट कर्मांनुसार त्यांना पुरस्कृत किंवा दंडित केले जाते.

ईसाई धर्माचे शुभचिन्ह क्रॉस : याला पवित्र मानले जाते. येशूला ज्या सुळावर चढवले गेले होते त्याचे हे प्रतीक आहे. ते मृतांच्या कबरीवर ठेवले जाते. ईसा मसीह तुमच्यासोबत आहेत, हे त्यातून सांगितले जाते.

■

हे पुस्तक वाचल्यानंतर आपला अभिप्राय कृपया या पत्त्यावर अवश्य पाठवा.

Tej Gyan Global Foundation,

Pimpri Colony Post Office, P. O. Box 25, Pune 411 017. Maharashtra (India).

परिशिष्ट

२९

सत्ययुग, आज आणि आत्ता

काल आणि उद्यामध्ये जगणारा माणूस जेव्हा वर्तमानाची (सत्याची) ओळख विसरतो तेव्हा कलियुग अवतरते. कलियुग म्हणजे काय, त्याची लक्षणे काय आहेत, हे पुढे दिलेल्या क्रमानुसार विस्तारित रूपात जाणून घेऊ या.

१.

सत्याचा उपहास केला जातो तेव्हा कलियुग आले असे समजायला हवे. कलियुग येण्याची एखादी ठरावीक तारीख किंवा वेळ नसते. आधी सत्ययुग होते आणि आता कलियुग आहे, असे नाही. कालांतराने जेव्हा सत्य हरवते, तेव्हा ते चेष्टेचा विषय आणि कर्मकांड बनून राहते. त्या वेळी ती कलियुगाच्या आगमनाची लक्षणे असतात. सत्याची चेष्टा कशी होते, ते एका विनोदातून जाणून घेऊ.

> एक मित्र दुसऱ्या मित्राला म्हणाला, ''माझ्याकडे असं एक औषध आहे, जे घेतल्यावर माणूस खरं बोलायला लागतो.'' तेव्हा दुसरा मित्र उत्सुकतेवश ते औषध पितो आणि जोरात ओरडतो, ''अरे, हे तर रॉकेल आहे.'' त्यावर पहिल्या मित्राने तत्काळ उत्तर दिले, ''बघ, मी म्हटलं ना, हे औषध प्यायल्यानंतर माणूस खरं बोलायला लागतो.''

जरा विचार करा, हा माणूस सत्याची काय संज्ञा सांगत आहे. सत्याची तुलना रॉकेलशी कशी केली जात आहे. सत्याची अशी भयंकर चेष्टा, उपेक्षा केली जात आहे. जेव्हा अशी परिस्थिती येते तेव्हा कलियुग आले, असे समजा. कलियुग अमुक एका दिवशी येईल किंवा या वर्षी आले आहे, तर आता पुढचे कलियुग दोन-चार वर्षांनी येईल, असे नव्हे.

लोकांनी कलियुगाची जी कल्पना केलेली आहे, तसे खरे तर काही नाही. कलियुगाची जी संज्ञा सांगितली गेली आहे, त्यानुसार स्थिती दिसली की कलियुग आले असे समजायचे.

२.

जेव्हा सत्य श्रवण करण्याची शक्ती नष्ट होईल तेव्हा कलियुग आले, असे समजा. आता प्रश्न असा उद्‌भवतो, की सत्य श्रवण करण्याची शक्ती कधी आणि कशी नष्ट होते? याचे उत्तर आहे, जेव्हा कपट केल्याशिवाय काम होत नाही तेव्हा सत्याची शक्ती नष्ट होते.

> एकदा एक माणूस गटारात पडला आणि जोरजोरात ओरडायला लागला, 'आग! आग!' त्याचा आवाज ऐकून कोणीतरी त्याला गटारातून बाहेर काढताना विचारले, "तू 'आग, आग' असं का ओरडलास?" त्यावर त्या माणसाने उत्तर दिले, "जर मी 'गटार, गटार' म्हणून ओरडलो असतो तर तू मला मदत करायला आला असतास का?"

तात्पर्य, जेव्हा समोरचा माणूस कपट केल्यानंतरच सत्य ऐकतो तेव्हा कलियुग आले, असे समजा.

३.

जेव्हा विवेकाच्या तलवारीला गंज चढतो तेव्हा कलियुग आले, असे समजा. विवेक खऱ्याची पारख करतो. कोणती गोष्ट योग्य व कोणती अयोग्य आहे, यावर क्षणोक्षणी लक्ष ठेवतो. विवेकाच्या तलवारीवर गंज चढण्याचा अर्थ आहे, सत्य आणि असत्य यामधला फरक न समजणे, चांगल्या-वाइटातले अंतर ओळखता न येणे. तुमच्यामध्ये विवेक जागृत होतो तेव्हा सत्ययुग आले, असे समजा. जर विवेक जागा नसेल आणि काळानुसार कोणते काम कधी करायचे याचे विस्मरण झाले असेल तर कलियुग आले, असे समजा.

४.

चमत्कार बघणारी दृष्टी हरवली असेल तेव्हा कलियुग आले, असे समजा. आज माणसाला कोणत्या प्रकारचा चमत्कार हवा आहे? काम पूर्ण होण्याचा चमत्कार! आपल्या आसपास रोज कितीतरी चमत्कार होत असतात; पण ते बघणारी दृष्टी आता आपल्याकडे नाही. लहानपणी मात्र ती आपल्याकडे होती.

चमत्कार म्हणजे काय? ईश्वर माणसाची इच्छा पूर्ण करतो, की माणूस ईश्वराची इच्छा पूर्ण करतो? या मुद्द्यावर विचार करा आणि पुन्हा एकदा बालक व्हा, म्हणजेच प्रत्येकाकडे सत्याच्या दृष्टीने पाहा. मग सगळीकडे चमत्कारच चमत्कार दिसतील.

५.

आपण जर शरीरातच अडकून राहिलो, शरीरपलीकडे गेलोच नाही, तर कलियुग आले, असा त्याचा अर्थ होतो. ज्या लोकांसाठी केवळ शरीरच महत्त्वाचे असते, ते आयुष्यभर दुसऱ्यांची नक्कल करत राहतात, त्यालाच जीवनाचे सत्य मानतात. एकदा एक शेजारी त्याच्या मित्राला म्हणाला, "तुझा मुलगा माझी नक्कल करत असतो. ते मला काही आवडत नाही. त्याला जरा समजावून सांग." त्यावर तो मित्र त्याच्या मुलाला म्हणतो, "अरे, मूर्खासारखा वागू नकोस." अशा प्रकारे लोक जेव्हा एकमेकांची नक्कल करण्यात गुंतलेले असतात तेव्हा कलियुग आले, असे समजावे.

सत्ययुगाचा अर्थ

माणूस जेव्हा कपट, अंदाज आणि अविश्वास यांनी मुक्त जीवन जगू लागतो तेव्हा तो सत्ययुगाकडे मार्गक्रमण करत असतो. सत्ययुग येणार याचा अर्थ असा नाही, की अमुक एक प्रकारचा काळ येईल आणि तो यायला १००० वर्षे लागतील. तसे असेल तर मग आपण सत्ययुगाची वाट पाहत राहायची, की आता लगेचच (here and now) सत्ययुग आणायचे? आत्ताच सत्ययुग अवतरेल असे काही करता येईल का?

यावरून, सत्ययुग आले आहे, हे जाणून देणारे संकेत, विज्ञान काय आहे हे समजून घ्या. ईश्वर, देवतांसह पृथ्वीवर होते तेव्हा वास्तवात सत्ययुगच होते, पृथ्वीच स्वर्ग होती. मग त्रेतायुग आले. त्यात ईश्वराने राम अवतार घेतला. शेवटी द्वापारयुगात कृष्ण अवतरला आणि आता कलियुग आले आहे. ही आजवर मानली जाणारी कल्पनाच अजूनही वास्तव मानायची का?

कलियुग आले आहे किंवा येणार आहे, अशी ज्या लोकांची कल्पना किंवा धारणा आहे त्यांचा हा चुकीचा समज आहे. कारण सत्ययुग आणि कलियुग आजही आपल्यासोबत आहेत, आपल्या बुद्धीमध्ये, आपल्या विचारांमध्ये आणि आपल्या मनातही आहेत. प्रत्यक्षात आजवर या पृथ्वीवर होऊन गेलेले सर्व महान लोक, सत्पुरुष, ईश्वरपुत्र, मुक्तिदाते स्वतःच्या माध्यमातून सत्याचाच संकेत देत आले आहेत. म्हणूनच कलियुगाच्या (हेडमधून) भ्रामक कल्पनेतून बाहेर येऊन सत्ययुगात (हार्टमध्ये) जगायला सुरुवात करा, स्थापित व्हा.

■

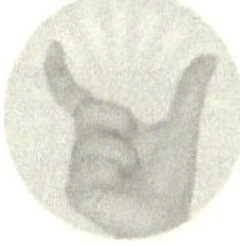

स्वीकार मंत्र मुद्रा

सरश्री : एक अल्प परिचय

सरश्रींचा आध्यात्मिक शोधाचा प्रवास त्यांच्या बालपणापासूनच सुरू झाला होता. हा शोध सुरू असताना त्यांनी अनेक प्रकारच्या पुस्तकांचा अभ्यास केला. त्याचबरोबर आपल्या आध्यात्मिक शोधात मग्न राहून त्यांनी अनेक ध्यानपद्धतींचा अभ्यास केला. त्यांच्या या शोधाने त्यांना अनेक वैचारिक आणि शैक्षणिक संस्थांमध्ये जाण्यासाठी प्रेरित केले. तरीही अंतिम सत्यापासून ते अद्याप दूरच होते.

सत्यप्राप्तीच्या शोधासाठी जास्तीतजास्त वेळ देता यावा, या तीव्र इच्छेने त्यांना, ते करत असलेले अध्यापनाचे कार्य थांबवण्यास प्रवृत्त केले. जीवनाचे रहस्य समजण्यासाठी त्यांनी बराच काळ मनन करून आपले शोधकार्य सातत्याने सुरू ठेवले. या शोधाच्या शेवटी त्यांना 'आत्मबोध' प्राप्त झाला. आत्मसाक्षात्कारानंतर त्यांना जाणवले, की अध्यात्मातील प्रत्येक मार्ग ज्या एका कडीने जोडलेला आहे, ती कडी आहे 'समज' (Understanding).

सरश्री म्हणतात, 'सत्यप्राप्तीच्या सर्व मार्गांचा आरंभ वेगवेगळ्या प्रकारे होतो, परंतु सर्वांच्या शेवटी मात्र एकच समज प्राप्त होते. ही 'समज'च सर्व काही असून, ती स्वतःच स्वतःत परिपूर्ण आहे. आध्यात्मिक ज्ञानप्राप्तीकरिता या 'समजे'चे श्रवणसुद्धा पुरेसे आहे.' हीच 'समज' प्रदान करण्यासाठी सरश्रींनी 'तेजज्ञान फाउंडेशन'ची निर्मिती केली. तेजज्ञान ही आत्मविकासातून आत्मसाक्षात्कार प्राप्त करण्याची परिपूर्ण ज्ञानप्रणाली आहे.

सरश्रींनी तीन हजारांहून अधिक प्रवचने दिली आहेत. या प्रवचनांद्वारे ते अध्यात्मातील अतिशय गहन संकल्पना सहज, सुलभ आणि व्यावहारिक भाषेत समजावून सांगतात. समाजातील प्रत्येक स्तरांवरील मनुष्य सरश्रींद्वारे सांगितल्या जाणाऱ्या या समजेचा लाभ घेऊ शकतो.

ही समज प्रत्येकाला आपल्या अनुभवातून प्राप्त व्हावी, यासाठी सरश्रींनी 'महाआसमानी परमज्ञान शिबिर' आणि त्यासाठी आवश्यक असणारी कार्यप्रणाली (सिस्टिम) तयार केली. तिचा लाभ आज लाखो लोक घेत आहेत. या प्रणालीला आयएसओ (ISO 9001:2015) प्रमाणपत्रही लाभले आहे. या प्रणालीमुळेच अनेकांना सत्यमार्गावर वाटचाल करण्याची प्रेरणा मिळाली आहे. या समजेचा प्रचार आणि प्रसार करण्यासाठी त्यांनी 'तेजज्ञान फाउंडेशन' या आध्यात्मिक संस्थेचा पाया रचला. 'हॅपी थॉट्सद्वारे उच्चतम विकसित समाजाची निर्मिती करणे,' हेच या संस्थेचे मुख्य उद्दिष्ट आहे.

विश्वातील प्रत्येक मनुष्य आज सरश्रींच्या मार्गदर्शनाचा लाभ घेऊ शकतो. त्यासाठी कोणत्याही धर्म, जात, उपजात, वर्ण, पंथ वा लिंग यांचे बंधन नसते. विश्वाच्या प्रत्येक कानाकोपऱ्यांतील लोक आज 'तेजज्ञान'च्या अनोख्या ज्ञानप्रणालीचा (System for Wisdom) लाभ घेत आहेत. याच व्यवस्थेचा आणखी एक महत्त्वपूर्ण भाग म्हणजे, दररोज सकाळी आणि रात्री ९ वाजून ९ मिनिटांनी लाखो लोक विश्वशांतीसाठी प्रार्थना करत आहेत.

बेस्ट सेलर पुस्तक *विचारनियम* शृंखलेचे रचनाकार म्हणूनही सरश्रींना ओळखले जाते. केवळ पाच वर्षांच्या कालावधीत या पुस्तकाच्या एक कोटीपेक्षा अधिक प्रती वितरित झाल्या आहेत. याशिवाय आजवर त्यांनी विविध विषयांवर १०० हून अधिक पुस्तके लिहिली आहेत. त्यांपैकी *विचार नियम, स्वसंवाद एक जादू, शोध स्वतःचा, स्वीकाराची जादू, निःशब्द संवाद एक जादू, संपूर्ण ध्यान* इत्यादी पुस्तके बेस्ट सेलर झाली आहेत. ऐंशीपेक्षा जास्त पुस्तकांची रचना केली आहे. ही पुस्तके दहापेक्षा अधिक भाषांमध्ये अनुवादित केली गेली असून पेंग्विन बुक्स, हे हाउस पब्लिशर्स, जैको बुक्स, मंजुल पब्लिशिंग हाउस, प्रभात प्रकाशन, राजपाल ॲण्ड सन्स, पेंटागॉन प्रेस आणि सकाळ प्रकाशन इत्यादी प्रमुख प्रकाशन संस्थांद्वारे प्रकाशित केली गेली आहेत.

■

तेजज्ञान फाउंडेशन परिचय

तेजज्ञान फाउंडेशन हा आत्मविकासातून आत्मसाक्षात्कार प्राप्त करण्याचा एक प्रभावी मार्ग आहे. यासाठी सरश्रींद्वारा एक अनोखी बोधप्रणाली (System for Wisdom) निर्माण करण्यात आली आहे. या प्रणालीला आंतरराष्ट्रीय प्रमाणपत्र ISO 9001:2015चे निकष पडताळून आणि त्यांच्या मार्गदर्शक सूचनांनुसार सरळ, व्यावहारिक आणि प्रभावी बनवले गेले आहे.

या संस्थेच्या प्रबोधनपद्धतीच्या भिन्नभिन्न पैलूंना (शिक्षण, निरीक्षण आणि गुणवत्ता) स्वतंत्र गुणवत्ता परीक्षकांद्वारे (Quality Auditors) क्रमबद्ध पद्धतीने पडताळले गेले आणि त्यानंतर या पैलूंना ISO 9001:2015साठी पात्र समजून या बोधपद्धतीला हे प्रमाणपत्र प्रदान करण्यात आले आहे.

या फाउंडेशनचे उद्दिष्ट आहे आपणास नकारात्मक विचारांकडून सकारात्मक विचारांकडे अग्रेसर करणे. सकारात्मक विचारांकडून शुभ विचारांकडे म्हणजे हॅपी थॉट्सकडे (विधायक आणि आनंदी विचारांकडे) प्रगती. शुभ विचारांकडून निर्विचार अवस्थेकडे मार्गक्रमण आणि निर्विचार अवस्थेच्या अंती आत्मसाक्षात्कार प्राप्ती शक्य आहे. 'मी सर्व विचारांपासून मुक्त व्हावे' हा विचार म्हणजे शुभ विचार (हॅपी थॉट्स) आणि 'मी सर्व इच्छांतून मुक्त व्हावे', अशी इच्छा म्हणजे शुभ इच्छा.

तेजज्ञान म्हणजे ज्ञान व अज्ञान या दोहोंच्या पलीकडचे ज्ञान. पुष्कळ लोक सामान्य ज्ञानाच्या (General Knowledge) माहितीलाच ज्ञान मानतात; परंतु अस्सल ज्ञान आणि नुसती माहिती यांत फार मोठे अंतर आहे. आजमितीला लोक सामान्य ज्ञानाच्या उत्तरांनाच जास्त महत्त्व देतात. अशा ज्ञानाचे विषय म्हणजे कर्म आणि भाग्य, योग आणि प्राणायाम, स्वर्ग आणि नरक इत्यादी. आजच्या युगात सामान्य ज्ञान प्राप्त करणारे लोक, आणि असा उपदेश करणारे शिक्षक मोठ्या प्रमाणावर आहेत; परंतु अशा ज्ञानाच्या प्राप्तीने जीवनात काही महत्त्वाचे परिवर्तन घडून येत नाही. असे ज्ञान म्हणजे केवळ बुद्धिविलास आहे किंवा अध्यात्माच्या नावावर चाललेला बुद्धीचा व्यायाम आहे.

सर्व समस्यांवरील उपाय आहे तेजज्ञान. क्रोध, चिंता आणि भय यांपासून मुक्त जीवन म्हणजे तेजज्ञान. शारीरिक, मानसिक, सामाजिक, आर्थिक आणि आध्यात्मिक प्रगतीचा, सर्वांगीण प्रगतीचा मार्ग आहे तेजज्ञान. तेजज्ञान आपल्या अंतरंगात आहे. इथे या आणि या गोष्टीचा अनुभव घ्या.

आपल्याला आता असे ज्ञान हवे आहे, जे सामान्य ज्ञानापलीकडे आहे, जे प्रत्येक समस्येवरील उत्तर आहे, जे सर्व प्रकारच्या गृहीत धारणांपासून आपल्याला मुक्त करते, ईश्वरी साक्षात्कार घडवते, जे आपणास अंतिम सत्यात स्थापित करते. आता वेळ आली आहे शाब्दिक सामान्य ज्ञानातून बाहेर पडून तेजज्ञानाचा अनुभव घेण्याची!

आजवर जपतप, तंत्र-मंत्र, कर्म-भाग्य, ध्यान-ज्ञान, योग-भक्ती असे अनेक मार्ग अध्यात्मात सांगितले गेले आहेत. या सर्व मार्गांनी प्राप्त होणारी अंतिम समज, अंतिम ज्ञान, बोध एकच आहे. अंतिम सत्याच्या जिज्ञासूला, साधकाला शेवटी जी एकच 'समज' प्राप्त होते, ती 'समज' श्रवणानेसुद्धा प्राप्त होऊ शकते. अशा समजप्राप्तीसाठी श्रवण करणे यालाच तेजज्ञान प्राप्त करणे म्हटले गेले आहे. तेजज्ञानाच्या श्रवणाने सत्याचा साक्षात्कार घडतो, ईश्वरी अनुभव मिळतो. हेच तेजज्ञान सरश्री महाआसमानी शिबिरात प्रदान करतात.

■

महाआसमानी शिबिर (निवासी)

तुम्हांला सर्वोच्च आनंद हवा आहे? असा आनंद, जो कोणत्याही बाह्य कारणावर अवलंबून नाही... जो प्रत्येक क्षणी वृद्धिंगत होतो. या जीवनात तुम्हांला प्रेम, विश्वास, शांती, समृद्धी आणि परमसंतुष्टी हवी आहे का? शारीरिक, मानसिक, सामाजिक, आर्थिक आणि आध्यात्मिक अशा आयुष्याच्या सर्व स्तरांवर यशस्वी होण्याची तुमची इच्छा आहे का? 'मी कोण आहे' हे तुम्हांला अनुभवाने जाणावेसे वाटते का?

तुमच्या अंतर्यामी अशा सर्व प्रश्नांची उत्तरे जाणण्याची इच्छा आणि 'अंतिम सत्य' प्राप्त करण्याची तृष्णा असेल, तर तेजज्ञान फाउंडेशनतर्फे आयोजित 'महाआसमानी शिबिरा'त तुमचे स्वागत आहे. हे शिबिर आजच्या युगातील आध्यात्मिक गुरू सरश्री यांच्या मार्गदर्शनावर आधारित आहे. सरश्री आजच्या लोकभाषेत अत्यंत सहजपणे आध्यात्मिक समज प्रदान करतात.

महाआसमानी शिबिराचा उद्देश

विश्वातील प्रत्येक मनुष्याने 'मी कोण आहे', या प्रश्नाचे उत्तर जाणून तो सर्वोच्च आनंदाच्या अवस्थेत स्थापित व्हावा, हाच या शिबिराचा मुख्य उद्देश आहे. प्रत्येकाला असे ज्ञान प्राप्त व्हावे, जेणेकरून त्याने प्रत्येक क्षणी वर्तमानात जगण्याची कला आत्मसात करावी. तो भूतकाळाचे ओझे आणि भविष्याची चिंता यांतून मुक्त व्हावा. प्रत्येकाच्या आयुष्यात कधीही न संपणारा आनंद आणि योग्य समज यावी. शिवाय, प्रत्येकाने समस्या विलीन करण्याची कला आत्मसात करावी. थोडक्यात, मनुष्यजन्माचा उद्देश सफल व्हावा, हाच या शिबिराचा उद्देश आहे. 'मी कोण आहे? मी इथे का आहे? मोक्ष म्हणजे काय? या जन्मातच मोक्षप्राप्ती शक्य आहे का?' असे प्रश्न जर तुमच्या मनात असतील, तर त्यांवरील उत्तर आहे -'महाआसमानी शिबिर'.

महाआसमानी शिबिराचे मुख्य लाभ

वास्तविक या शिबिराचे लाभ तर असंख्य आहेत; पण त्यांपैकी मुख्य लाभ पुढीलप्रमाणे:

- जीवनात शक्तिशाली ध्येय निश्चित होते.
- 'मी कोण आहे' हे अनुभवाने जाणता येते (सेल्फ रियलायजेशन).
- मनाचे सर्व विकार विलीन होतात.
- भय, चिंता, क्रोध, बोरडम, मोह, तणाव या नकारात्मक बाबींतून मुक्ती मिळते.
- प्रेम, आनंद, मौन, समृद्धी, संतुष्टी, विश्वास अशा दिव्य गुणांशी युती होते.
- साधे, सरळ पण शक्तिशाली जीवन जगता येते.
- प्रत्येक समस्येचे निराकरण करण्याची कला प्राप्त होते.
- 'प्रत्येक क्षण वर्तमानात जगणे' हा तुमचा स्वभाव बनतो.
- आपल्यातील सर्व सकारात्मक शक्यता खुलतात.
- याच जीवनात मोक्षप्राप्ती होते.

महाआसमानी शिबिरात सहभागी कसे व्हाल?

या शिबिरात सहभागी होण्यासाठी तुम्हांला पुढील बाबींची पूर्तता करायची आहे -

१. तुमचे वय कमीत कमी अठरा किंवा त्यापेक्षा अधिक असायला हवे.

२. सर्वप्रथम तुम्हांला 'सत्य-स्थापना' (फाउंडेशन ट्रुथ रिट्रीट) शिबिरात सहभागी व्हावे लागेल. या शिबिरात, तुम्ही प्रामुख्याने दोन बाबी शिकाल - प्रत्येक क्षण वर्तमानात जगण्याची कला कशी आत्मसात करावी आणि निर्विचार अवस्था कशी प्राप्त करावी.

३. प्राथमिक स्तरावर तुम्हांला काही प्रवचने ऐकायची असून, त्यांतून तुम्ही मूलभूत समज आत्मसात कराल आणि महाआसमानी शिबिरात प्रवेश करण्यासाठी तयार व्हाल.

महाआसमानी शिबिर वर्षभरात तीन-चार वेळा आयोजित केले जाते. यात हजारो सत्यशोधक सहभागी होतात. महाआसमानी शिबिराची पूर्वतयारी तुम्ही तेजज्ञान फाउंडेशनच्या नजीकच्या सेंटरवरही करू शकता. महाराष्ट्रात अहमदनगर, सातारा, औरंगाबाद, नाशिक, नागपूर, वर्धा, अमरावती, चंद्रपूर, यवतमाळ, कोल्हापूर, सांगली, रत्नागिरी, लातूर, बीड, नांदेड, परभणी, पनवेल, मुंबई, ठाणे, सोलापूर, पंढरपूर, जळगाव, अकोला, बुलढाणा, धुळे, भुसावळ आणि महाराष्ट्राबाहेर सुरत, अहमदाबाद, बडोदा, नवी दिल्ली, बंगळुरू, बेळगाव, धारवाड, रायपूर, भुवनेश्वर, कोलकाता, रांची, लखनौ, कानपूर, चंदीगढ, जयपूर, चेन्नई, पणजी, म्हापसा, भोपाळ, इंदोर, इटारसी, हरदा, विदिशा, बऱ्हाणपूर या ठिकाणी महाआसमानी शिबिराची पूर्वतयारी करू शकता.

तेजज्ञान फाउंडेशनमध्ये उपलब्ध असणाऱ्या सरश्री लिखित पुस्तकांचे वाचन करून किंवा सरश्रींच्या प्रवचनांच्या सीडीज ऐकूनही तुम्ही या शिबिराची पूर्वतयारी करू शकता. याशिवाय, तुम्ही टीव्ही, रेडिओ किंवा यू-ट्युबवरील सरश्रींच्या प्रवचनांचा लाभही घेऊ शकता. पण लक्षात घ्या, पुस्तकांतील ज्ञान, सीडी, टीव्ही, रेडिओ आणि यू-ट्युब यांवरील प्रवचने म्हणजे 'तेजज्ञानाची तोंडओळख' आहे; 'संपूर्ण तेजज्ञान' मुळीच नाही. तुम्ही महाआसमानी शिबिरात सहभागी होऊनच तेजज्ञानाचा आनंद घेऊ शकता. तेव्हा आगामी महाआसमानी शिबिरात सहभागी होण्यासाठी आजच संपर्क करा - ०९९२१००८०६०/ ७५, ९०११०१३२०८

महाआसमानी शिबिरस्थान

हे शिबिर पुण्यातील मनन आश्रम इथे आयोजित केले जाते. इथे तुमच्या निवासाची आणि भोजनाची व्यवस्था केली जाते. तुम्हांला काही शारीरिक व्याधी असतील आणि त्यासाठी जर तुम्ही नियमितपणे औषधे घेत असाल, तर शिबिरात येताना ती सोबत बाळगावीत. शिवाय, वातावरणानुसार गरम कपडे, स्वेटर, ब्लँकेटही आणावे. पुणे शहरापासून १७ किलोमीटर अंतरावर निसर्गरम्य परिसरात मनन आश्रम वसलेला आहे. आश्रमात महिला आणि पुरुष यांच्या निवासाची स्वतंत्र व्यवस्था असून, इथे जवळपास ८०० लोकांच्या राहण्याची व्यवस्था आहे. आपण हवाईमार्ग, हायवे किंवा रेल्वे अशा कोणत्याही मार्गाने पुण्यात येऊ शकता.

■

मनन आश्रम :

मनन आश्रम, पुणे, सर्व्हे नं. ४३, सणस नगर, नांदोशी गाव, किरकटवाडी फाटा, तालुका हवेली, जिल्हा पुणे- ४११०२४. फोन : ०९९२१००८०६०

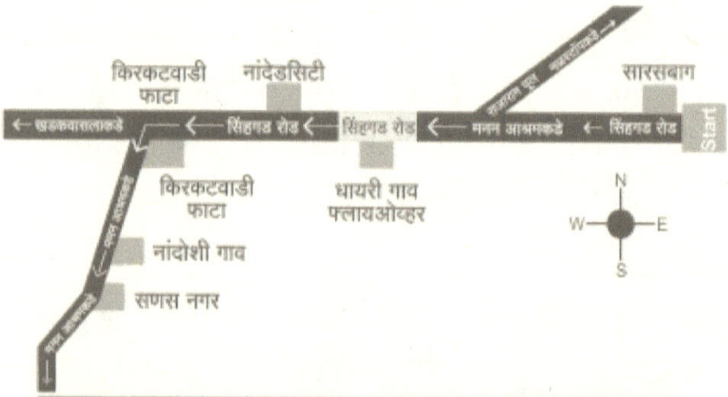

आता एका क्लिकवर शिबिराची नोंदणी!

आता तुम्ही पुढील शिबिरांसाठी **ऑनलाइन** नोंदणी करू शकता.

महाआसमानी शिबिर (५ दिवसीय निवासी शिबिर)

मॅजिक ऑफ अवेकनिंग (केवळ इंग्रजी भाषिकांसाठी ३ दिवसीय महाआसमानी शिबिर)

आध्यात्मिक नींव स्थापना (किशोरवयीन मुलांसाठी मिनी महाआसमानी निवासी शिबिर)

www.tejgyan.org

तेजज्ञान फाउंडेशनच्या मुख्य शाखा

- **पुणे सेंटर : (रजिस्टर्ड पत्ता)**
  विक्रांत कॉम्प्लेक्स, तपोवन मंदिराजवळ, पिंपरी, पुणे ४११ ०१७
  दूरध्वनी : ०२०-२७४१ १२४०, २७४१ २५७६
- मनन आश्रम, पुणे : सर्व्हे क्रमांक ४३, सणसनगर, नांदोशी गाव, किरकटवाडी फाटा, तालुका हवेली, जिल्हा पुणे ४११ ०२४
  दूरध्वनी : ०२०-२४३२ १९२५, भ्रमणध्वनी : ०९९२१० ०८०६०

तेजज्ञान इंटरनेट रेडिओ

तेजज्ञान इंटरनेट रेडिओद्वारे २४ तास ३६५ दिवस,
सरश्रींच्या प्रवचनांचा आणि भजनांचा लाभ घ्या. त्यासाठी पाहा लिंक
http://www.tejgyan.org internetradio.aspx

विविध भारती F.M. वर दर रविवारी
सकाळी १०:०५ ते १०:१५ वाजता
नोट : या कार्यक्रमांच्या वेळेत बदल झाल्यास नोंद ठेवावी.

www.youtube.com/tejgyanच्या साहाय्यानेदेखील
आपण सरश्रींच्या प्रवचनांचा लाभ घेऊ शकता.
For online shoping visit us - www.tejgyan.org,
www.gethappythoughts.org

नम्र निवेदन

विश्वशांतीसाठी लाखो लोक दररोज सकाळी आणि रात्री ९.०९ मिनिटांनी प्रार्थना करत आहेत. कृपया आपणही यामध्ये सहभागी व्हावे.

आपणास हवी असलेली पुस्तके घरपोच मिळण्यासाठी मनीऑर्डर पाठवा.
ही पुस्तके आमच्या खर्चाने
रजिस्टर्ड पोस्ट, कुरिअर आणि व्हीपीपीद्वारे पाठवली जातील.
त्यासाठी खालील पत्त्यावर संपर्क साधावा.

❖❖❖❖

वॉव पब्लिशिंग्ज प्रा. लि.

• रजिस्टर्ड ऑफिस : e-४, वैभव नगर, तपोवन मंदिराजवळ, पिंपरी, पुणे ४११ ०१७
• पोस्ट बॉक्स नं. ३६, पिंपरी कॉलनी पोस्ट ऑफिस, पिंपरी, पुणे ४११ ०१७
भ्रमणध्वनी क्रमांक : ०९०११०१३२१० / ९६२३४५७८७३

आपण पुस्तकांची ऑर्डर ऑनलाईनही देऊ शकता.

www.gethappythoughts.org वर लॉग इन करा.
३०० रुपयांहून अधिक किमतीची पुस्तके मागवल्यास
१०% सूट आणि **डिलिव्हरी फ्री** मिळेल.

e-books

The Source • Complete Meditation • Ultimate Purpose of Success • Enlightenment • Inner Magic • Celebrating Relationships • Essence of Devotion • Master of Siddhartha • Self Encounter and many more.
Also available in Hindi at gethappythoughts.org

Free apps

U R Meditation & Tejgyan Internet Radio on all platforms like Android, iPhone, iPad and Amazon

e-magazines

'Yogya Aarogya' & 'Drushtilakshya'
emagazines available on www.magzter.com

e-mail

mail@tejgyan.com

website

www.tejgyan.org, www.gethappythoughts.org

बेस्टसेलर पुस्तक 'विचार नियम'चे रचनाकार सरश्री यांची अन्य श्रेष्ठ पुस्तके

१. आध्यात्मिक विकास साधण्यासाठी या पुस्तकांचा अवश्य लाभ घ्यावा :

- जीवनाची दोन टोकं : ध्यान आणि धन
- रामायण वनवास रहस्य
- संत ज्ञानेश्वर : समाधीरहस्य आणि जीवनचरित्र
- अंतर्मनाच्या शक्तीपलीकडील आत्मबळ
- मृत्यू उपरांत जीवन : मृत्यू मोका की धोका?
- क्षमेची जादू : क्षमेचं सामर्थ्य जाणा, सर्व दुःखांपासून मुक्त व्हा
- प्रेमनियम : प्लास्टिक प्रेमातून मुक्ती
- धर्मयोग : स्वभाव हाच धर्म

२. स्व-विकासासाठी या पुस्तकांचा लाभ घ्यावा :

- विचारनियम : आपल्या यशाचे रहस्य
- विकासनियम : आत्मसंतुष्टीचे रहस्य
- परिवारासाठी विचार नियम : हॅपी फॅमिलीची सात सूत्र
- आळसावर मात : उत्साही जीवनाची सुरुवात
- स्वसंवाद एक जादू : आपला रिमोट कंट्रोल कसा प्राप्त करावा?
- आत्मविश्वास आणि आत्मबळ : यशाचं शिखर गाठणारे पंख
- साहसी जीवन कसं जगाल : अशक्य कार्य शक्य कसं कराल?
- समग्र लोकव्यवहार : मैत्री आणि नातं निभावण्याची कला
- अपयशावर मात : क्षमताप्राप्तीचं रहस्य
- कसा कराल स्वतःचा विकास आणि प्रशिक्षण : आत्मविकासाची सात पावलं

३. युवकांनी या पुस्तकांचा लाभ घ्यावा :

- आजच्या युवा पिढीसाठी : विचार नियम फॉर यूथ
- नींव नाइन्टी फॉर टीन्स : बेस्ट कसे बनाल?
- श्रीरामांकडून काय शिकाल : नवरामायण फॉर टीन्स

४. या पुस्तकांद्वारे प्रत्येक समस्येचे समाधान प्राप्त करा

- स्वास्थ्यप्राप्तीसाठी विचारनियम : मन:शक्तीद्वारे निरामय आरोग्य मिळवा
- स्वीकाराची जादू : त्वरित आनंद कसा प्राप्त करावा?
- भय, चिंता आणि क्रोध यांपासून मुक्ती

५. या आध्यात्मिक कादंबऱ्यांद्वारे जीवनाचे गूढ रहस्य जाणा

- योग्य कर्मांद्वारे यशप्राप्ती : सन ऑफ बुद्धा
- शोध स्वत:चा : In Search of Peace
- पृथ्वी लक्ष्य : मृत्यूचं महासत्य
- दु:खात खूश राहण्याची कला : संवाद गीता

■

www.ingramcontent.com/pod-product-compliance
Lightning Source LLC
LaVergne TN
LVHW040748051026
849519LV00007BA/2479
9789387408364